60 ജിബ്രാൻ കഥകൾ

**60 gibran kathakal**

•

khalil gibran

•

*translation*
dr. azeez tharuvana

•

*first chintha edition*
january 2019

•

*typesetting*
star communications, thiruvananthapuram

•

*published*
chintha publishers, thiruvananthapuram

•

*cover*
sureshbhai



***വിതരണം***

**ദേശാഭിമാനി ബുക്ക് ഹൗസ്**

H O തിരുവനന്തപുരം-695 035
www.chinthapublishers.com
chinthapublishers@gmail.com

***ബ്രാഞ്ചുകൾ***

ഹെഡ്ഡാഫീസ് കുന്നുകുഴി • സ്റ്റാച്യു തിരുവനന്തപുരം • കെ എസ് ആർ ടി സി ബസ് സ്റ്റേഷൻ ആലപ്പുഴ • കെ എസ് ആർ ടി സി ബസ് സ്റ്റേഷൻ എറണാകുളം • ഐ ജി റോഡ് കോഴിക്കോട് • കെ എസ് ആർ ടി സി ബസ് സ്റ്റേഷൻ കോഴിക്കോട് • എൻ ജി ഒ യൂണിയൻ ബിൽഡിങ് കണ്ണൂർ • സെൻട്രൽ ബസ് ടെർമിനൽ കോംപ്ലക്സ് താവക്കര കണ്ണൂർ

CO - 2740 / 4933
ISBN - 978-93-88485-15-9

# 60 ജിബ്രാൻ കഥകൾ

ഖലീൽ ജിബ്രാൻ

പരിഭാഷ
ഡോ. അസീസ് തരുവണ

ചിന്ത പബ്ലിഷേഴ്സ്
തിരുവനന്തപുരം-695 035

## ഡോ. അസീസ് തരുവണ


വയനാട് ജില്ലയിലെ തരുവണയിൽ ജനനം. പുതിയോട്ടിൽ അഹമ്മദും ബിയ്യാത്തുവുമാണ് മാതാപിതാക്കൾ. കാലിക്കറ്റ് യൂണിവേഴ്സിറ്റിയിൽനിന്ന് ബിരുദാനന്തരബിരുദവും പി എച്ച് ഡിയും. കേരള ഭാഷാഇൻസ്റ്റിറ്റ്യൂട്ട് എഡിറ്റർ, ട്രൈബൽ സ്റ്റഡീസ് ആന്റ് റിസർച്ച് അസി. ഡയറക്ടർ എന്നീ സ്ഥാനങ്ങൾ വഹിച്ചിട്ടുണ്ട്. ഇപ്പോൾ ഫാറൂഖ് കോളേജ് മലയാള വിഭാഗം അസിസ്റ്റന്റ് പ്രൊഫസർ.

**കൃതികൾ:** *വയനാടൻ രാമായണം, ബഷീർ ഫലിതങ്ങൾ, ബഷീർ സംഭാഷണങ്ങൾ, പ്രണയവും ധ്യാനവും, ജിബ്രാന്റെ അനശ്വരകഥകൾ, പി കെ കാളൻ-ആദിവാസി ജീവിതത്തിന്റെ സമരമുഖം, ദൂരക്കാഴ്ചകൾ, വിദ്യാഭ്യാസ ചിന്തകൾ, ഓഷോ: ദാർശനികതയുടെ ഗിരിശൃംഗം, The Ramayanas of Wayanad. വയനാടൻ രാമായണത്തിന്* അംബേദ്കർ നാഷണൽ എക്സലൻസി അവാർഡ് ലഭിച്ചിട്ടുണ്ട്.

ഭാര്യ : ഹസീന
മക്കൾ : ഗസൽ, ഇഷാൻ
വിലാസം : അസിസ്റ്റന്റ് പ്രൊഫസർ
മലയാള വിഭാഗം
ഫാറൂഖ് കോളേജ്, കോഴിക്കോട്.
ഫോൺ : 9048657534.
E-mail : azeeztharuvana@gmail.com

# ഖലീൽ ജിബ്രാൻ

ഇരുപതാം ശതാബ്ദം ലോകത്തിന് നല്കിയ അപൂർവ്വ പ്രതിഭകളിൽ ഒരാളാണ് ഖലീൽ ജിബ്രാൻ.

തന്റെ കഥകളിലൂടെയും കവിതകളിലൂടെയും നാടകങ്ങളിലൂടെയും ലേഖനങ്ങളിലൂടെയും വായനക്കാരുടെ ഹൃദയത്തിൽ ഉന്മാദസദൃശമായ അനുഭൂതികൾ കോറിയിട്ട അന്യൂന പ്രതിഭയായിരുന്നു അദ്ദേഹം. കഥയെന്നോ കവിതയെന്നോ വേർതിരിക്കാൻ കഴിയാത്ത അസാധാരണമായ ഒരു അനന്യത (identity) സാഹിത്യസൃഷ്ടിക്ക് പകർന്നു നല്കിയ എഴുത്തുകാരൻ. മതാശയങ്ങളും സാർവ്വദേശീയ ചിന്തകളും തിളച്ചുമറിയുന്ന ദേശീയതയും പൗരാണികമായ വംശീയഭാവങ്ങളും അന്യാദൃശമായ മാനുഷികതയും അതിനെല്ലാമുപരി, വിഭ്രാന്തമായ ദാർശനികച്ഛായയും ഇഴചേരുന്ന രചനയുടെ മാന്ത്രിക സിംഫണിയാണ് ജിബ്രാൻ സൃഷ്ടിക്കുന്നത്.

ലബനോണിന്റെ സാംസ്കാരികവും വംശീയവുമായ ഭൂമികയിൽ, മഞ്ഞിൽ അലിഞ്ഞുചേർന്ന മുല്ലപ്പൂക്കൾ കണക്കെ, ലയിച്ചുചേരുന്ന മാനുഷികതയുടെ അഗാധസ്ഫുരണങ്ങളാണ് ജിബ്രാന്റെ കഥകൾ. ധ്യാനാത്മകവും യോഗാനുഭൂതിജന്യവുമായ വിസ്മയ പ്രപഞ്ചം തീർക്കുന്നവയാണവ. പ്രപഞ്ചത്തിന്റെ ബാഹ്യസൗന്ദര്യമല്ല സ്ഫോടനാത്മകമായ അതിന്റെ ആന്തരികസംഗീതമാണ് ജിബ്രാന്റെ ഭാവനകളെ പ്രക്ഷുബ്ധമാക്കുന്നത്. ഇംഗ്ലീഷിലും അറബിയിലുമായി നിരവധി ഗ്രന്ഥങ്ങൾ രചിച്ച ജിബ്രാന്റെ സാർവ്വജനീനത അസൂയാവഹമാണ്. എഴുത്തുകാരനെന്ന നിലയിൽ അദ്ദേഹത്തോളം ജനപ്രിയത നേടിയവർ അപൂർവ്വമാണ്. മിസ്റ്റിക്ഭാവന പൂത്തുലയുന്ന ആ സർഗ്ഗാരാമത്തിൽ വിടർന്ന അനർഘ കൃതികളാണ്, *പ്രവാചകൻ (The prophet), മുൻഗാമി (The forerunner), മനുഷ്യപുത്രനായ യേശു (Jesus, the son of man), ഭൂമിയിലെ ദൈവങ്ങൾ (The Earth gods), ഭാവനയുടെ രാജ്യം (kingdom of the imagination)* എന്നിവ.

# ഉള്ളടക്കം

# പ്രസാധകക്കുറിപ്പ്

**ഒ**ട്ടോമൻ സാമ്രാജ്യത്തിന്റെ ഭാഗമായിരുന്ന ലബനോനിൽ ജനിച്ച് വിശ്വത്തോളം വളർന്ന കവിയും ചിത്രകാരനും കഥാകാരനും തത്ത്വചിന്തകനുമാണ് ഖലീൽ ജിബ്രാൻ. വ്യവസ്ഥാപിതവും ജീർണ്ണിച്ചതുമായ മതത്തിനും അതിന്റെ ദുശ്ശാഠ്യങ്ങൾക്കും എതിരെ ഉയർന്ന ഒരു മിസ്റ്റിക്കിന്റെ ശബ്ദമാണ് ജിബ്രാന്റേത്. പച്ചിലച്ചാർത്തിലേക്കു പെയ്തിറങ്ങുന്ന മഞ്ഞിൻ തുള്ളിപോലെ വിശുദ്ധമായിരുന്നു ആ വാക്കുകൾ. കാലദേശങ്ങൾക്കപ്പുറവും ഉറവവറ്റാത്ത പ്രവാഹമാണ് ജിബ്രാൻ. 'ജീവിതം നഗ്നമാണ്. നഗ്നമെന്നത് ഏറ്റവും സത്യസന്ധവും കുലീനവുമായ ജീവിത പ്രതീകമാണെ'ന്ന് ജിബ്രാൻ ഒരിക്കൽ എഴുതി. പ്രവചന സ്വഭാവമുള്ള എഴുത്തുകളിലൂടെ ആധുനിക കാലത്തെ പ്രവാചകൻ എന്നു വിശേഷിപ്പിക്കപ്പെടുന്ന ജിബ്രാന്റെ 60 ചെറുകഥകളുടെ സമാഹാരമാണ് ഈ കൃതിയിൽ. ഡോ. അസീസ് തരുവണ ആ മഞ്ഞുതുള്ളിയുടെ വിശുദ്ധി ഒട്ടും ചോരാതെ മൊഴിമാറ്റിയിരിക്കുന്നു.

**ചിന്ത പബ്ലിഷേഴ്സ്**

# ജിബ്രാനിലേക്കുള്ള വഴി

## ഡോ. അസീസ് തരുവണ

**ഖ**ലീൽ ജിബ്രാൻ– ആധുനിക ലെബനോൻ ലോകത്തിനു സമ്മാനിച്ച മൂന്നാം കണ്ണ്. വാക്കുകളിൽ സംഗീതവും ദൈവസാന്നിദ്ധ്യവും ഒളിപ്പിച്ചുവെച്ചവൻ. വിശുദ്ധിയുടെ ഔന്നത്യത്തിലേക്കു മനുഷ്യാത്മാവിനെ നയിക്കാൻ ശ്രമിച്ച യോഗി, അക്ഷരനക്ഷത്രങ്ങളെക്കൊണ്ട് പാട്ടുപാടിയവൻ. അനശ്വരൻ. "എല്ലാ മിസ്റ്റിക്കുകളും എല്ലാ കവികളും സർഗ്ഗാത്മകമായ എല്ലാ മനസ്സുകളും ഖലീൽ ജിബ്രാനിൽ ഒത്തുചേർന്ന് പരസ്പര പ്രവാഹമാകുന്നു" എന്ന് ഓഷോ.

ഖലീൽ ജിബ്രാൻ – പച്ചിലച്ചാർത്തിലേക്ക് പെയ്തിറങ്ങുന്ന മഞ്ഞുതുള്ളിയുടെ വിശുദ്ധി. സാന്ത്വനകരസ്പർശം. ഹൃദയങ്ങളുടെ ഹൃദയങ്ങളിൽ ദിവ്യസ്നേഹത്തിന്റെ നറുതേൻ നിറച്ചവൻ. ആധുനികലോകത്തിന്റെ പ്രവാചകൻ. "അറുനൂറു സംവത്സരങ്ങൾക്കപ്പുറവും തനിക്ക് ഫലവൃക്ഷമാകണമെന്ന്" ആശിച്ചവൻ. പ്രണയത്തിന് ജീവിതത്തിലൂടെ പുതിയ അർത്ഥം നല്കിയവൻ. കാമുകൻ.

ഖലീൽ ജിബ്രാൻ– കൊടുങ്കാറ്റിനെയും വസന്തങ്ങളെയും പ്രേമിച്ചവൻ. വേനലിൽ മുറിവേറ്റവൻ, വേദനകളെ വേദാന്തമാക്കി ഹൃദയതന്ത്രികളിൽ മീട്ടിയവൻ. 'ഹൃദയാന്തരാളത്തിൽ തറഞ്ഞ ഒരു അമ്പുമായാണ് എന്റെ പിറവി, അതു വലിച്ചൂരിക്കളയുക വേദനാകരം. തറഞ്ഞു നില്ക്കാനനുവദിക്കുന്നതും വേദനാകരം' – എന്ന് ജിബ്രാൻ.

ഖലീൽ ജിബ്രാൻ – നിറങ്ങളിൽ അഭിരമിച്ചവൻ. നഗ്നതയുടെ ആത്മീയ വിശുദ്ധിയെ തിരിച്ചറിഞ്ഞ ചിത്രകാരൻ. 'ജീവിതം നഗ്നമാണ്. നഗ്നമെന്നത് ഏറ്റവും സത്യസന്ധവും കുലീനവുമായ ജീവിതത്തിന്റെ പ്രതീകമാണ്' എന്ന് ജിബ്രാൻ.

ഹൃദയരക്തത്തിൽ തൂലിക മുക്കിയെഴുതിയ തത്ത്വജ്ഞാനി. 'തത്ത്വ

ജ്ഞാനിയല്ലാത്തവൻ കവിയല്ലെന്നു കോൾറിഡ്ജ്. പൗരോഹിത്യ-ജീർണ്ണ വ്യവസ്ഥയ്ക്കെതിരെ കലാപക്കൊടിയുയർത്തിയ വിപ്ലവകാരി. 'ഓരോ പുരോഹിതനും പിശാചിന്റെ സൃഷ്ടിയാണ്' എന്ന് ജിബ്രാൻ.

ഖലീൽ ജിബ്രാൻ - കിഴക്കിനേയും പടിഞ്ഞാറിനേയും കൂട്ടി യോജിപ്പിച്ച പാലം. വർത്തമാനത്തിലേക്ക് കണ്ണ് തുറക്കുവാനും അന്തരാത്മാവിലേക്ക്, അവനവനിലേക്ക് തീർത്ഥാടനം ചെയ്യുന്നവനും പാഥേയമൊരുക്കിയ ദാർശനിക ചക്രവർത്തി. അഭൗമജ്യോതിസ്സ്. "തത്ത്വജ്ഞാനികൾ നിങ്ങളിലേക്ക് വന്നത് അവരുടെ ജ്ഞാനം പകരാനാണ്. ഞാൻ നിങ്ങളുടെ ദർശനമറിയാനാണ് വന്നിരിക്കുന്നത്." എന്ന് ജിബ്രാൻ.

ഖലീൽ ജിബ്രാൻ - അത്യുദാത്തമായ ആത്മീയാനുഭവത്തിന്റെ ഉഷ്ണജലപ്രവാഹം. മാനവസ്നേഹത്തെയും ഈശ്വരീയ ചൈതന്യത്തെയും സംയോജിപ്പിക്കുന്ന സംഗീതമായി കവിതയെ കണ്ടവൻ. "അദ്ദേഹത്തിന്റെ കാവ്യശക്തി ആദ്ധ്യാത്മിക ജീവിതത്തിന്റെ സംഭരണിയിൽ നിന്നായിരുന്നില്ലെങ്കിൽ അത് ഇത്രമാത്രം ശക്തവും പ്രപഞ്ചികവുമാകുമായിരുന്നില്ല. സുന്ദരവും ഗാംഭീര്യം മുറ്റിനില്ക്കുന്നതുമായ അതിന്റെ ഭാഷ അദ്ദേഹത്തിന്റേതുമാത്രമാണ്" എന്ന് ക്ലോഡ് ബ്രാഗ്ഡൻ.

ഖലീൽ ജിബ്രാൻ - തനിക്ക് പറയാനാവാതെ പോയ വാക്ക് വിളിച്ചു പറയാൻ ഇനിയും ഭൂമുഖത്തേക്ക് വരുമെന്ന് കാമിനിയോട് പ്രതിജ്ഞ ചെയ്തവൻ. 'അല്പകാലം കഴിയുമ്പോൾ, കാറ്റിൽ ഒരു നിമിഷത്തെ വിശ്രമത്തിനു ശേഷം, വേറൊരു സ്ത്രീ എന്നെ ഗർഭത്തിൽ വഹിക്കും.'

# നന്മയും തിന്മയും

**ഒ**രിക്കൽ നന്മയും തിന്മയും മലമുകളിൽ വെച്ചു കണ്ടുമുട്ടി.

നന്മ ആശംസകൾ നേർന്നു. തിന്മ മറുപടിയൊന്നും പറഞ്ഞില്ല. നന്മ ചോദിച്ചു:

"അങ്ങെന്താണ് അസ്വസ്ഥനായിരിക്കുന്നത്?"

"അതെയതെ, ഈയിടെയായി ഞാൻ പലപ്പോഴും നിങ്ങളായി തെറ്റിദ്ധരിക്കപ്പെടുന്നു. നിങ്ങളുടെ പേരിൽ വിളിക്കപ്പെടുന്നു. നിങ്ങളെപ്പോലെ കണക്കാക്കപ്പെടുന്നു. ഇതെന്നെ ഒട്ടും സന്തോഷിപ്പിക്കുന്നില്ല." തിന്മ വ്യക്തമാക്കി.

"ഞാനും അങ്ങായി തെറ്റിദ്ധരിക്കപ്പെടുന്നുണ്ട്. അങ്ങയുടെ പേരിൽ വിളിക്കപ്പെടുന്നുമുണ്ട്" - നന്മ പ്രതിവചിച്ചു.

മനുഷ്യന്റെ മണ്ടത്തരത്തെ ശപിച്ചുകൊണ്ട് തിന്മ നടന്നകന്നു.

# പ്രണയഗീതം

**ഒ**രു കവി ഒരിക്കൽ സുന്ദരമായ ഒരു പ്രണയഗീതം രചിച്ചു. അതിന്റെ വളരെയധികം പകർപ്പുകളെടുത്ത് കവി തന്റെ സുഹൃത്തുക്കൾക്കും പരിചയക്കാർക്കുമൊക്കെ അയച്ചു കൊടുത്തു. അവരിൽ സ്ത്രീകളും പുരുഷന്മാരുമുണ്ടായിരുന്നു. പർവ്വതങ്ങൾക്കപ്പുറത്ത് വസിച്ചിരുന്ന, ഒരിക്കൽ മാത്രം കണ്ടിട്ടുള്ള ഒരു പെൺകുട്ടിക്കും അയാൾ അത് അയച്ചിരുന്നു.

ഒന്നു രണ്ടു ദിവസം കഴിഞ്ഞപ്പോൾ ആ പെൺകുട്ടിയുടെ ഒരു കത്തുമായി ഒരു ദൂതൻ വന്നു. കത്തിൽ അവൾ എഴുതി: “അങ്ങ് എനിക്കയച്ച പ്രണയഗീതം എന്നെ വളരെയധികം ആനന്ദിപ്പിച്ചു എന്ന് ഞാൻ പറയുന്നത് വിശ്വസിക്കണം. ഇനി എത്രയും പെട്ടെന്ന് അങ്ങിവിടെ വന്ന് എന്റെ മാതാപിതാക്കളെ കണ്ടാൽ മാത്രം മതി. നമുക്ക് നമ്മുടെ വിവാഹത്തിനുവേണ്ട ഒരുക്കങ്ങൾ പൂർത്തിയാക്കാം.”

കവി കത്തിന് മറുപടി അയച്ചു. “പ്രിയപ്പെട്ടവളേ, അതൊരു പ്രണയഗീതം മാത്രമാണ്. എല്ലാ പുരുഷന്മാരും എല്ലാ സ്ത്രീകളോടും ആലപിക്കുന്ന, ഒരു കവിഹൃദയത്തിൽ നിന്നുമുയരുന്ന ഒരു പ്രേമഗീതം

അവൾ വീണ്ടും അയാൾക്കെഴുതി: “മനഃസാക്ഷിയില്ലാത്തവൻ! കപടമായ ഭാഷയിൽ സംസാരിക്കുന്നവൻ! ഇന്നു മുതൽ മരണംവരെയും തന്നെയോർത്ത് ഞാൻ എല്ലാ കവികളെയും വെറുക്കും.”

# തത്ത്വജ്ഞാനി

**ഒ**രു നോക്കുകുത്തിയോട് ഞാൻ ചോദിച്ചു: "നിങ്ങൾ നശിച്ച ഈ വലയിൽനിന്നു ക്ഷീണിച്ചു കാണും, അല്ലേ?"

നോക്കുകുത്തി പറഞ്ഞു: "മൃഗങ്ങളെ പേടിപ്പിച്ചോടിക്കുക രസമാണ്! പിന്നെ എനിക്കെന്തു ക്ഷീണം."

ഞാൻ ഒരു നിമിഷം ചിന്തിച്ചു: "വാസ്തവമാണ് ഞാനും ഇത്തരം ആനന്ദം അനുഭവിച്ചിട്ടുണ്ട്."

"പുല്ലും വയ്ക്കോലും നിറച്ച ശരീരം ഉള്ളവർക്കേ, അതിന്റെ വാസ്തവമറിയൂ."

ഇതുകേട്ടു കൊണ്ട് ഞാനവിടെ നിന്നുപോയി. എന്നെ നോക്കുകുത്തി പുകഴ്ത്തുകയോ പുച്ഛിക്കുകയോ ചെയ്തതെന്നെനിക്കറിയില്ല.

ഒരു വർഷം കഴിഞ്ഞു. അതിനിടയ്ക്ക് നോക്കുകുത്തി തത്ത്വജ്ഞാനിയായി പരിണമിച്ചു കഴിഞ്ഞിരുന്നു. ഞാൻ വീണ്ടും അതിലൂടെ കടന്നുപോയപ്പോൾ, രണ്ടു കാക്കകൾ അതിന്റെ തലയിൽ കൂടുകൂട്ടുന്നത് ഞാൻ കണ്ടു!

# ദൈവദർശനം

**താ**ഴ്‌വരയിലൂടെ നടന്നു പോവുകയായിരുന്ന രണ്ടുപേരിൽ ഒരാൾ, പർവ്വതത്തിലേക്ക് ചൂണ്ടിക്കൊണ്ട് പറഞ്ഞു: "അതാ അവിടെ ഒരാശ്രമം. നിങ്ങൾ കാണുന്നില്ലേ? ഈ ജീവിതത്തിലെ എല്ലാ സുഖസമൃദ്ധികളും ലൗകിക ജീവിതവും ഉപേക്ഷിച്ച ഒരു മനുഷ്യനാണ് അവിടെ വസിക്കുന്നത്. അദ്ദേഹം ഈശ്വരനെയാണ് അന്വേഷിക്കുന്നത്. ഈശ്വര സാമീപ്യം അല്ലാതെ മറ്റൊന്നിനും തന്നെ അദ്ദേഹത്തെ പ്രലോഭിപ്പിക്കാനാവുന്നില്ല."

മറ്റെയാൾ പറഞ്ഞു: "ആ ആശ്രമത്തോട് അദ്ദേഹത്തിന് വിട പറയാനാവുംവരെ, അവിടത്തെ ഏകാന്തത ഉപേക്ഷിച്ച് നമ്മുടെ ആനന്ദങ്ങളും ദുഃഖങ്ങളും പങ്കുവെക്കാനാവും വരെ, വിവാഹാഘോഷങ്ങളിൽ നമ്മുടെ നർത്തകിമാരോടൊപ്പം നൃത്തം ചെയ്യുവാനും നമ്മുടെ മരിച്ചവർക്ക്‌വേണ്ടി കണ്ണുനീർ വാർക്കുന്നവരിൽ ഒരാളാവാനായി മടങ്ങിവരാനും ആവുംവരെ അദ്ദേഹം ദൈവത്തെക്കാണില്ല."

ഒന്നാമന് പറഞ്ഞത് ശരിക്കും മനസ്സിലായി. എങ്കിലും അയാൾ പറഞ്ഞു: "നിങ്ങൾ പറയുന്നതൊക്കെ ഞാൻ സമ്മതിച്ചു. പക്ഷേ, സന്ന്യാസി ഒരു നല്ല മനുഷ്യനാണെന്ന് ഞാൻ വിശ്വസിക്കുന്നു. ഈ നല്ലവരായി അഭിനയിക്കുന്ന, നല്ലവരെന്ന് തോന്നിപ്പിക്കുന്ന അനേകം പേരുടെ സാന്നിദ്ധ്യത്തേക്കാളും ഒരു നല്ല മനുഷ്യന്റെ അഭാവം എത്രയോ ഉത്തമമാണ്. യഥാർത്ഥത്തിൽ അതുതന്നെയല്ലേ അയാൾ ചെയ്യുന്ന നന്മയും?'

# യാഥാർത്ഥ്യം

സ്ത്രീ പുരുഷനോട് പറഞ്ഞു:

"ഞാൻ നിങ്ങളെ പ്രേമിക്കുന്നു."

പുരുഷൻ മറുപടി പറഞ്ഞു:

"നിന്റെ പ്രേമമർഹിക്കുന്ന എന്തോ ഒന്ന് എന്റെ ഹൃദയത്തിലുണ്ട്."

അപ്പോൾ സ്ത്രീ അന്വേഷിച്ചു.

"നിങ്ങൾക്ക് എന്നോട് പ്രേമമില്ലേ?"

പുരുഷൻ കണ്ണിമ വെട്ടാതെ, ഒന്നും പറയാതെ അവളെത്തന്നെ നോക്കിനിന്നു.

ഉടൻതന്നെ സ്ത്രീ ഉറക്കെപ്പറഞ്ഞു: "ഞാൻ നിങ്ങളെ വെറുക്കുന്നു."

"നിന്റെ വെറുപ്പ് അർഹിക്കുന്നതെന്തോ, അതും എന്റെ ഹൃദയത്തിലുണ്ട്;" പുരുഷൻ മറുപടി പറഞ്ഞു.

# വില

**ഒ**രു കർഷകന് ഒരിക്കൽ നിലമൊരുക്കവെ അതിമനോഹരമായ ഒരു മാർബിൾ പ്രതിമ കിട്ടി. അത്തരം കൗതുക വസ്തുക്കൾ ശേഖരിക്കുന്ന ഒരു മനുഷ്യനടുത്തേക്ക് അയാളത് വില്ക്കാൻ കൊണ്ടുചെന്നു. ഒരു വൻ തുക കൊടുത്ത് ആ മനുഷ്യൻ അതു വാങ്ങി. അവർ പിരിഞ്ഞു.

ആ പണവുമായി വീട്ടിലേക്ക് മടങ്ങുമ്പോൾ വഴിയിൽവെച്ച് അയാൾ സ്വയം പറഞ്ഞു: "ഇത്രയും പണംകൊണ്ട് ജീവിതത്തിൽ എന്തെല്ലാം കാര്യങ്ങളാണ് നേടാനാവുക! ആർക്കും വേണ്ടാതെ നൂറ്റാണ്ടുകളോളം ചെളിയിൽ പുതഞ്ഞു കിടന്ന ഒരു ചത്ത, കരണ്ട കല്ലിനു വേണ്ടി എങ്ങനെ ഇത്രയധികം പണം ഒരാളിന് കളയുവാനാകും?"

അതേ സമയത്ത്, കൗതുക വസ്തുക്കൾ ശേഖരിക്കുന്നയാൾ താൻ അന്ന് നേടിയ മനോഹരമായ ശില്പത്തെതന്നെ നോക്കിയിരിക്കുകയായിരുന്നു. അയാൾ സ്വയം പറഞ്ഞു: "എന്തൊരു സൗന്ദര്യം. ഇതിൽ ജീവൻ തുടിച്ചു നില്ക്കുന്നു. ഏതോ ഒരു മഹാത്മാവിന്റെ സ്വപ്നം ഇതിൽ സാക്ഷാൽക്കരിക്കപ്പെട്ടിരിക്കുന്നു. നൂറ്റാണ്ടുകളോളമുള്ള വിശ്രമത്തിൽ നിന്നും നേടിയ ഉന്മേഷത്തോടെ തിളങ്ങുന്ന ശില്പം. നിർജ്ജീവമായ സ്വപ്നരഹിതമായ കുറേ ലോഹത്തുട്ടുകൾക്ക്വേണ്ടി എങ്ങനെ ഒരാളിന് ഈ അമൂല്യ വസ്തുവിനെ വേർപിരിയാനാവും."

# ഉറുമ്പുകൾ

**ഒ**രാൾ വെയിലത്തു കിടന്നുറങ്ങുകയായിരുന്നു അപ്പോൾ. മൂന്നുറു മ്പുകൾ അയാളുടെ മൂക്കിന്മേൽ കയറിയിരുന്ന് വംശമര്യാദയനുസരിച്ച് പരസ്പരാഭിവാദ്യം ചെയ്തു.

ഒന്നാമൻ: ഈ കുന്നിൻപുറത്തും കുറ്റിക്കാട്ടിലും വയലിലും വര മ്പിലും എല്ലായിടത്തും അലഞ്ഞുതിരിഞ്ഞു നടന്നിട്ടൊന്നും ഒരു കുരു മണി പോലും കിട്ടിയില്ല.

രണ്ടാമൻ: ഞാനും അലഞ്ഞുതിരിഞ്ഞു. ഒന്നും കിട്ടിയില്ല. പ്രകൃതി കോമളവും അസ്ഥിരവുമായ ഇതേ ഭൂമിയിൽ വച്ചുതന്നെയാണ് നമ്മുടെ ആൾക്കാർ ഒന്നുമുണ്ടാവുകയില്ലെന്നു പറഞ്ഞത്.

മൂന്നാമൻ തലയുയർത്തി:

സുഹൃത്തുക്കളെ, നാം ഇപ്പോൾ ഒരു വലിയവന്റെ മൂക്കിന്മേലാണ് .നമുക്കു നോക്കിയാൽപോലും നോട്ടമെത്താത്ത അത്ര വലിയതാണ് അവന്റെ ദേഹം. അവന്റെ പ്രകൃതി നമുക്കൂഹിക്കാൻപോലും കഴിയാത്തത്ര ഭയങ്കരമാണ്. അവന്റെ ശബ്ദം നമ്മുടെ ചെവിക്കു കേൾക്കാൻ ത്രാണിയില്ലാത്തത്ര ഗംഭീരമാണ്.

മൂന്നാമന്റെ വർത്തമാനം കേട്ടപ്പോൾ മറ്റിരുവരും പൊട്ടിച്ചിരിച്ചു. അയാളൊന്നു ഞെട്ടിത്തെറിച്ച് ഉറക്കെപ്പിച്ചോടെ മൂക്കൊന്നു തിരുമ്മി. മൂന്ന് ഉറുമ്പുകളും അരഞ്ഞു ചമ്മന്തിയായി.

# സ്നേഹസംവാദം

**സ്നേ**ഹത്തിന്റെ നിഗൂഢതയെയും സുകൃതത്തെയും പറ്റി വഴി യാത്രക്കാരോട് വിവരണം തേടാൻ ഇന്നലെ ഞാൻ ദേവാലയ പടിവാതില്ക്കൽ ചെന്നു.

വിഷാദഭാവത്തോടുകൂടിയ ഒരു മെലിഞ്ഞ വൃദ്ധൻ എന്റെ അരികിലൂടെ കടന്നുപോയി. നെടുവീർപ്പുകളോടെ അയാൾ പറഞ്ഞു: "ആദിമനുഷ്യനിലൂടെ നമ്മിലേക്കു പകർന്ന പ്രകൃതിദത്തമായ ബലഹീനതയാണ് സ്നേഹം."

"പൗരുഷത്തോടെ ഒരു യുവാവ് പറഞ്ഞു: "സ്നേഹം നമ്മുടെ വർത്തമാനത്തെ ഭൂതത്തിലും ഭാവിയിലും കൂട്ടിയോജിപ്പിക്കുന്നു."

"അപ്പോൾ ക്ഷീണിച്ച മുഖത്തോടു കൂടിയ ഒരു സ്ത്രീ നെടുവീർപ്പുകളോടെ പറഞ്ഞു:

"നരകത്തിന്റെ ഗഹ്വരതയിൽനിന്നും ഇഴഞ്ഞെത്തുന്ന കറുത്ത അണലികളാൽ കുത്തിവെക്കപ്പെടുന്ന മാരകമായ വിഷമാണ് സ്നേഹം. വിഷം നിർമ്മലമായ മഞ്ഞുകട്ടപോലെ കാണപ്പെടുകയും ദാഹിച്ചു തൊണ്ടവരണ്ട ആത്മാവ് ഔത്സുക്യത്തോടെ അത് കുടിക്കുകയും ചെയ്യുന്നു. എന്നാൽ ആദ്യലഹരിക്കുശേഷം കുടിച്ചയാൾ രോഗബാധിതനാവുകയും മെല്ലെ മെല്ലെ മരണമടയുകയും ചെയ്യുന്നു."

അപ്പോൾ പുഞ്ചിരിച്ചുകൊണ്ട് സുന്ദരിയായ, തുടുത്ത കവിളോടുകൂടിയ യുവതി മൊഴിഞ്ഞു. "നവവധുക്കളുടെ പുലരികളെ ആനന്ദിപ്പിക്കുന്ന വീഞ്ഞാണ് സ്നേഹം. വിശുദ്ധമായ ആത്മാവിനെ പോഷിപ്പിക്കുകയും നക്ഷത്രങ്ങളിലേക്കുയരാൻ അത് പ്രാപ്തമാക്കുകയും ചെയ്യുന്നു.

അവൾക്കുശേഷം കടന്നുവന്ന കറുത്ത മേലങ്കിധരിച്ച, താടിയും മുടിയുമുള്ള മനുഷ്യൻ കോപത്തോടെ പറഞ്ഞു: "യുവത്വത്തോടുകൂടി ആരം

ഭിക്കുകയും അവസാനിക്കുകയും ചെയ്യുന്ന അന്ധമായ അജ്ഞതയാണ് സ്നേഹം."

മറ്റൊരാൾ ചിരിച്ചുകൊണ്ട് പറഞ്ഞു: "സ്നേഹം ഒരു ദൈവീകജ്ഞാനമാണ്. അത് ദൈവങ്ങളെപ്പോലെ മനുഷ്യരെ കാണാൻ പ്രാപ്തനാക്കുന്നു."

അപ്പോൾ ക്ഷീണിച്ചവശനായ ഒരു വൃദ്ധൻ ഗദ്ഗദത്തോടെ പറഞ്ഞു: "സ്നേഹം, ശ്മശാന മൂകതയിൽ ശരീരത്തിന്റെ വിശ്രമമാണ്. ആത്മാവിന്റെ പ്രശാന്തത അനശ്വരതയുടെ അഗാധതലത്തിലാണ്."

അദ്ദേഹത്തിനുശേഷം ഒരഞ്ചുവയസ്സുകാരൻ പുഞ്ചിരിച്ചുകൊണ്ട് പറഞ്ഞു: "സ്നേഹം എന്റെ മാതാപിതാക്കളാകുന്നു. എന്നാൽ ഒരാളുമറിയുന്നില്ല; സ്നേഹം എന്റെ മാതാപിതാക്കളെ സംരക്ഷിക്കുമെന്നും."

ഇപ്രകാരം ഓരോരുത്തരും അവരവരുടെ ഭാവനയിലും പ്രതീക്ഷയിലും ഇച്ഛാഭംഗത്തിലുമുള്ള സ്നേഹത്തെക്കുറിച്ചു പറഞ്ഞ് കടന്നുപോയി.

എന്നിട്ടും സ്നേഹത്തെക്കുറിച്ചുള്ള നിഗൂഢത ഇപ്പോഴും അവശേഷിക്കുന്നു.

# ഇടിമിന്നൽ

**കൊ**ടുങ്കാറ്റും പേമാരിയും വർഷിച്ച, ഭയഗ്രസിതമായ ദിവസം ബിഷപ്പ് ദേവാലയത്തിനുള്ളിൽ ഉണ്ടായിരുന്നു. ക്രിസ്ത്യാനിയല്ലാത്ത ഒരു സ്ത്രീ തിരുമേനിയുടെ മുമ്പിൽ വന്നുനിന്ന് ചോദിച്ചു: "തിരുമേനീ, ഞാൻ ക്രിസ്ത്യാനിയല്ല, നരകത്തിൽനിന്ന് എനിക്ക് മോചനമുണ്ടോ?"

സ്ത്രീയെ ആദരവോടുകൂടി ബിഷപ്പ് നോക്കി. എന്നിട്ട് മറുപടി പറഞ്ഞു: "ഇല്ല. ഒരിക്കലുമില്ല. ജ്ഞാനസ്നാനം ചെയ്തവർക്കു മാത്രമേ, പാപമോചനമുള്ളൂ."

തിരുമേനി പറഞ്ഞുതീർന്നതും ദേവാലയത്തിന് ഇടിവെട്ടേറ്റു. തീ ആളിപ്പടർന്നു.

നഗരവാസികൾ ഓടിവന്നു. അവർ സ്ത്രീയെ രക്ഷപ്പെടുത്തി. പക്ഷേ, ബിഷപ്പ് അഗ്നിക്കിരയായിക്കഴിഞ്ഞിരുന്നു.

# അരുവികൾ

**പു**ണ്യ നദിയൊഴുകുന്ന കാദിഷാ താഴ്‌വരയിൽ വെച്ച് കണ്ടുമുട്ടിയ രണ്ട് അരുവികൾ കുശലങ്ങൾ കൈമാറി.

"നീയെങ്ങനെയാണ് ഇവിടെ എത്തിയത്? നിന്റെ പാതകൾ എങ്ങനെയുണ്ടായിരുന്നു?" ഒരു അരുവി ചോദിച്ചു.

"എന്റെ പാതകൾ പ്രതിബന്ധങ്ങൾ നിറഞ്ഞവയായിരുന്നു. പക്ഷേ, മില്ലിന്റെ കൂറ്റൻ ജലചക്രങ്ങൾ തകർന്നുപോയിരിക്കുന്നു. എന്റെ വഴിയിൽനിന്നും എന്നെ ബലമായി തന്റെ പാടങ്ങളിലേക്ക് തിരിച്ചുവിട്ട ശക്തനായ കൃഷിക്കാരൻ ചത്തു തുലഞ്ഞിരിക്കുന്നു. വെയിലത്ത് തങ്ങളുടെ അലസത ചുട്ടെടുക്കുന്ന മനുഷ്യരുടെ വൃത്തികേടുകൾകൊണ്ട് താഴേക്ക് ഒഴുകിവരാൻ ഞാനേറെ പ്രയാസങ്ങൾ അനുഭവിച്ചു. പറയൂ സഹോദരാ, നിന്റെ പാത എങ്ങനെയുള്ളതായിരുന്നു?"

"എന്റേത് തികച്ചും വ്യത്യസ്തമായ ഒരു വഴിയായിരുന്നു." മറ്റേ അരുവി മറുപടി പറഞ്ഞു. "കുന്നുകൾക്കും സുഗന്ധമുതിർക്കുന്ന പുഷ്പങ്ങൾക്കും നാണം കുണുങ്ങികളായ അരളിച്ചെടികൾക്കും ഇടയിൽക്കൂടിയാണ് ഞാനൊഴുകി വന്നത്. തിളങ്ങുന്ന പാത്രങ്ങളിൽ കോരിയെടുത്ത എന്റെ ജീവജലം സ്ത്രീ പുരുഷന്മാർ പാനം ചെയ്തു. തങ്ങളുടെ മൃദുലമായ പാദങ്ങളാൽ കുഞ്ഞുങ്ങൾ എന്റെ അരികുകളിൽ താളം ചവിട്ടി. എനിക്കു ചുറ്റും പൊട്ടിച്ചിരികളുതിർന്നു വീണു. എങ്ങും മധുരമായ ഗാനങ്ങളുണ്ടായിരുന്നു. നിന്റെ പാതകൾ സന്തോഷകരമല്ലാതായിപ്പോയത് എത്ര കഷ്ടമാണ്."

അപ്പോൾ അത്യുച്ചത്തിൽ നദി വിളിച്ചു പറഞ്ഞു: "വരിക, വന്നു ചേരുക. നമ്മൾ സാഗരത്തിലേക്ക് പോവുകയാണ്. ഇനിയും വെറുതെ വർത്തമാനം പറഞ്ഞ് നില്ക്കാതെ വന്നു ചേരുക. എന്നോടൊപ്പം ചേരുക.

നമ്മൾ സാഗരത്തിലേക്കാണ് പോവുന്നത്. വരുവിൻ, വേഗം വന്നുചേരുവിൻ. എന്തെന്നാൽ എന്നിലെത്തുമ്പോൾ നിങ്ങളുടെ അലഞ്ഞുതിരിയലുകളെക്കുറിച്ചു അവ എത്ര ദുഃഖപൂർണ്ണമാണെങ്കിലും അവ എത്ര ആനന്ദപ്രദമായിരുന്നുവെങ്കിലും നിങ്ങൾ മറന്നുപോവും. വന്നുചേരുക. വേഗം വന്നു ചേരുക. അമ്മയായ സാഗരത്തിന്റെ ഹൃദയത്തിലെത്തുമ്പോൾ നിങ്ങളും ഞാനുമൊക്കെ നമ്മുടെ പാതകളെല്ലാം മറന്നുപോവും.

# സ്വപ്നാടകർ

**എ**ന്റെ ഗ്രാമത്തിൽ ഒരമ്മയും മകളും താമസിച്ചിരുന്നു. അവർക്ക് സ്വപ്നാടനം എന്ന അസുഖമുണ്ടായിരുന്നു.

പ്രപഞ്ചം മുഴുവൻ നിശ്ശബ്ദതയിലാണ്ടിരുന്ന ഒരു രാത്രി അമ്മയും മകളും അലഞ്ഞുതിരിഞ്ഞ് മൂടൽമഞ്ഞു പരന്ന ഒരു ഉദ്യാനത്തിലെത്തി. ഇരുവരും അവിടെവെച്ചു കണ്ടുമുട്ടി.

അമ്മ പറഞ്ഞു: “അതെയതെ, കാര്യം മനസ്സിലായി. അപ്പോൾ നീയാണ് എന്റെ ശത്രു. നീയാണ് എന്റെ യുവത്വം നശിപ്പിച്ചത്. നീ എന്റെ ജീവിതത്തിന്റെ നഷ്ടാവശിഷ്ടങ്ങളിൽ നിന്റെ ജീവിതത്തിന്റെ സൗധം പണിതു. നിന്നെ ഞാൻ കഴുത്തുഞെരിച്ചു കൊന്നിരുന്നെങ്കിൽ എത്ര നന്നായിരുന്നു?”

മകൾ പറഞ്ഞു: “എടീ സ്വാർത്ഥത്തള്ളേ, നീ എന്റെ സ്വൈരജീവിതത്തിന് ഇടംകോലാണ്. എന്റെ യൗവനം നിന്റെ വാടിത്തളർന്ന ജീവിതത്തിന്റെ പ്രതിഫലനമാണെന്ന് ആരാണ് പറഞ്ഞത്? ദൈവം നിന്നെയൊന്ന് കൊന്നുതന്നെങ്കിൽ നന്നായിരുന്നു?”

കോഴി കൂവി. ഇരുവരും ഞെട്ടിയുണർന്നു.

അമ്മ സ്നേഹത്തോടെ പറഞ്ഞു: “എന്റെ അരുമ മകളേ...”

മകൾ വർദ്ധിച്ച സ്നേഹത്തോടെ മറുപടി പറഞ്ഞു: “എന്റെ പ്രിയപ്പെട്ട അമ്മേ...”

# സൗന്ദര്യാവബോധം

ഒരു ഗ്രാമീണന്റെ കൈവശം പൗരാണികനായ ഒരു ശില്പി കൊത്തിയെടുത്ത ഒരു പ്രതിമയുണ്ടായിരുന്നു. അയാളുടെ വീട്ടുപടിക്കൽ ആ പ്രതിമ മുഖം മണ്ണിലാഴ്ന്നുകിടന്നു. അയാളതിനെ ശ്രദ്ധിച്ചതേയില്ല. ഒരിക്കൽ പ്രതിമ കണ്ട ഒരു നഗരവാസി ചോദിച്ചു.

"ഈ പ്രതിമ വില്ക്കുമോ?"

"വൃത്തികെട്ട് മങ്ങിയ ഈ പ്രതിമ ആരു വാങ്ങും?" ചിരിച്ചുകൊണ്ട് ഗ്രാമീണൻ ചോദിച്ചു.

"ഒരു വെള്ളിനാണ്യം ഈ പ്രതിമയ്ക്ക് ഞാൻ തരാം." നഗരവാസി പറഞ്ഞു.

ഗ്രാമീണൻ അത്ഭുതപ്പെട്ടു. ആനന്ദത്തോടെ പ്രതിമ നഗരവാസിക്കു വിറ്റു. കാലങ്ങൾക്കുശേഷം ഗ്രാമീണൻ നഗരം കാണാനെത്തി. അയാൾ തെരുവിലൂടെ നടന്നു. ഒരു കടയുടെ മുമ്പിൽ വലിയൊരു ആൾക്കൂട്ടം. ഒരാൾ ഉറക്കെ വിളിച്ചു പറയുന്നു.

"വരൂ. കടന്നുവരൂ. ലോകത്തിൽ വെച്ചേറ്റവും അത്ഭുതകരമായ, ഏറ്റവും സുന്ദരമായ പ്രതിമ! ഒരു നോക്കു കാണൂ. ആസ്വദിക്കൂ. ഒരു മഹാനായ ശില്പി തന്റെ സ്വപ്നങ്ങൾക്ക് വിസ്മയകരമായ പാടവത്തോടെ രൂപം നല്കിയിരിക്കുന്നത് കാണുവാൻ വെറും രണ്ടു വെള്ളിനാണ്യങ്ങൾ മാത്രം."

രണ്ട് വെള്ളി നാണ്യങ്ങൾ കൊടുത്ത് ഗ്രാമീണൻ അകത്തു കയറി. അയാൾ കണ്ടതെന്താണെന്നോ? ഒരു വെള്ളിനാണ്യത്തിന് അയാൾ വിറ്റ അതേ പ്രതിമ!

# സ്വപ്നങ്ങൾ

**ഒ**രാളൊരു സ്വപ്നം കണ്ടു. അയാൾ ഉണർന്നതും, തന്റെ ഭാവി ഫലം പറയുന്നവന്റെ അരികിലെത്തി. തന്റെ സ്വപ്നം വ്യാഖ്യാനിച്ച് വ്യക്തമാക്കണമെന്ന് അയാളോടപേക്ഷിച്ചു.

ഫലം പറയുന്നവന്റെ മറുപടി ഇപ്രകാരമായിരുന്നു:

"നിങ്ങൾ ഉണർന്നിരിക്കുമ്പോൾ കാണുന്ന സ്വപ്നങ്ങളില്ലേ? അവയുമായി എന്റെ അരികെ വരൂ. അവയുടെ അർത്ഥം ഞാൻ പറഞ്ഞു തരാം. പക്ഷേ, നിങ്ങൾ ഉറങ്ങുമ്പോൾ കാണുന്ന സ്വപ്നങ്ങൾ എന്റെ അറിവിനും നിങ്ങളുടെ ഭാവനയ്ക്കും സ്വന്തമല്ല; വഴങ്ങുന്നവയുമല്ല."

# രണ്ടു കവിതകൾ

**നൂ**റ്റാണ്ടുകൾക്കുമുൻപ് ഏതനിലേക്കുള്ള വഴിയിൽവെച്ച് രണ്ട് കവികൾ കണ്ടുമുട്ടി. തമ്മിൽക്കണ്ടതിൽ അവർ അതീവ സന്തുഷ്ടരായിരുന്നു.

ഒന്നാമൻ അന്വേഷിച്ചു. "ഈയിടെ താങ്കൾ എന്താണ് രചിച്ചത്? നിങ്ങളുടെ വീണയുമായി അതെങ്ങനെ ഇണങ്ങിച്ചേരുന്നു?"

"എന്റെ കവിതകളിൽ ഏറ്റവും മഹത്തായത് ഞാനിപ്പോൾ എഴുതിക്കഴിഞ്ഞതേയുള്ളൂ. ഒരുപക്ഷേ, ഗ്രീക്കുഭാഷയിലിന്നോളം എഴുതപ്പെട്ടതിൽവെച്ചേറ്റവും മഹത്തായ കവിത! പരമോന്നതനായ സിയൂസ് ദേവനോടുള്ള പ്രാർത്ഥനയാണിത്."

തന്റെ മേലങ്കിയുടെ അടിയിൽനിന്നും അയാൾ ഒരെഴുത്തോലയെടുത്തു.

"ഇതാ നോക്കൂ. അതെന്റെ പക്കലുണ്ട്. അതു വായിക്കാൻ എനിക്കെന്തു സന്തോഷമാണെന്നോ. വരൂ വെളുത്ത സൈപ്രസ്മരങ്ങളുടെ തണലിൽ നമുക്കിരിക്കാം."

കവി തന്റെ കവിത വായിച്ചു. അതൊരു നീണ്ട കവിതയായിരുന്നു.

"ഇതൊരു മഹത്തായ കവിതയാണ്. യുഗങ്ങളിലൂടെ ഈ കവിത ജീവിക്കും. നിങ്ങൾ ആരാധിക്കപ്പെടും."

"ഈ ദിവസങ്ങളിൽ നിങ്ങളെന്താണെഴുതിയത്?"

"വളരെ കുറച്ചുമാത്രമേ ഞാനെഴുതിയുള്ളൂ. എട്ടേ എട്ടുവരികൾ മാത്രം. അതും തോട്ടത്തിൽ കളിക്കുന്ന കുട്ടിയെ ഓർമ്മിച്ചുകൊണ്ട്."

ആ വരികൾ അയാളും പാടി. അപ്പോൾ മറ്റേ കവി അഭിപ്രായപ്പെട്ടു.

"മോശമല്ല. അത്രമോശമല്ല."

രണ്ടുപേരും വേർപിരിഞ്ഞു.

ഇന്ന്, രണ്ടായിരം സംവത്സരങ്ങൾക്കുശേഷവും ആ എട്ടുവരികൾ ഓരോ ഭാഷയിലും പാരായണം ചെയ്യപ്പെടുന്നു. സ്നേഹിക്കപ്പെടുന്നു; താലോലിക്കപ്പെടുന്നു.

മറ്റേ കവിതയാകട്ടെ, യുഗങ്ങളിലൂടെ ഗ്രന്ഥാലയങ്ങളിലേക്കും വിദ്വാന്മാരുടെ മുറികളിലേക്കും ഇറങ്ങിവന്നു. അതോർമ്മിപ്പിക്കപ്പെടുന്നുണ്ട്. പക്ഷേ, സ്നേഹിക്കപ്പെടുന്നില്ല; പാരായണം ചെയ്യപ്പെടുന്നുമില്ല.

# കാലം

ഗ്രാമത്തിൽനിന്ന് ഒരു പെൺകുട്ടി ഉത്സവപ്പറമ്പിലേക്ക് വന്നു. അതീവസുന്ദരിയും ശാലീനയുമായിരുന്നു അവൾ. അവളുടെ മുഖത്ത് പിച്ചിയും റോസും പൂത്തുലഞ്ഞിരുന്നു. അവളുടെ മുടിയിഴകളിൽ സൂര്യാസ്തമനത്തിന്റെ ചാരുത കാണാമായിരുന്നു. അവളുടെ അധരങ്ങളിലൂടെ ഉഷസ്സ് മന്ദഹാസമുതിർത്തുകൊണ്ടിരുന്നു.

അപരിചിതയായ ഈ സുന്ദരിയെ കണ്ടപ്പോൾത്തന്നെ യുവാക്കൾ അവളെ സമീപിക്കുവാൻ തുടങ്ങി. അവർ അവൾക്കുചുറ്റും കൂടി. ഒരാൾ അവൾക്കുവേണ്ടി നൃത്തമാടി. മറ്റൊരുത്തൻ അവളുടെ ബഹുമാനാർത്ഥം കേക്ക് മുറിച്ചു. എല്ലാവരും അവളുടെ കവിൾത്തടങ്ങളിൽ ചുംബിക്കുവാൻ അതിയായി മോഹിച്ചു. എന്തായാലും അതൊരുത്സവമല്ലേ?

പക്ഷേ, തനിക്കു അപരിചിതമായ ഈ സമീപനങ്ങൾ പെൺകുട്ടിയെ ഏറെ ഞെടുക്കി. യുവാക്കളെക്കുറിച്ച് അവൾ വളരെ മോശമായിക്കരുതി. അവൾ അവരെ ശാസിച്ചു. ഒന്നു രണ്ടുപേർക്കു മുഖത്ത് തന്നെ പ്രഹരമേല്പിക്കുകയും ചെയ്തു. എന്നിട്ട് അവൾ അവരിൽനിന്നും ഓടിപ്പോയി.

സായാഹ്നത്തിൽ വീട്ടിലേക്ക് മടങ്ങിപ്പോകവേ അവൾ സ്വയം പറഞ്ഞു: 'ഞാനാകെത്തളർന്നിരിക്കുന്നു. ഈ പുരുഷന്മാർ എത്ര മര്യാദയില്ലാത്തവരും ദുഷിച്ചവരും ആണ്. അവർ എന്റെ ക്ഷമ നശിപ്പിച്ചിരിക്കുന്നു.'

ഒരു വർഷം കഴിഞ്ഞു. അക്കാലമത്രയും അവൾ ഉത്സവങ്ങളെയും പുരുഷന്മാരെയും കുറിച്ചാണ് ചിന്തിച്ചത്.

പിന്നെ മുഖത്ത് പിച്ചിപ്പൂക്കളും റോസു പുഷ്പങ്ങളുമായി, മുടിയിഴകളിൽ സൂര്യാസ്തമനവും അധരങ്ങളിൽ ഉഷസ്സിന്റെ മന്ദഹാസവുമായി

വീണ്ടും അവൾ വന്നു.

പക്ഷേ, ഇപ്പോൾ അവളെ കണ്ട യുവാക്കൾ അവളിൽനിന്നും അകന്നുപോയി. ആരും സമീപിക്കാതെ ഏകയായി അവൾക്ക് ദിവസം മുഴുവനും ചെലവിടേണ്ടിവന്നു.

വൈകുന്നേരം, വീട്ടിലേക്കുള്ള പാതയിലൂടെ നടന്ന അവൾ കരഞ്ഞുകൊണ്ട് സ്വയം പറഞ്ഞു. 'ഒക്കെ എനിക്ക് മടുത്തിരിക്കുന്നു. ഈ യുവാക്കൾ എത്ര മര്യാദകെട്ടവരും സ്നേഹമില്ലാത്തവുമാണ്. അത് എന്റെ ക്ഷമയാകെ നശിപ്പിച്ചിരിക്കുന്നു'

# ഏഴ് ആത്മാക്കൾ

**നി**ശീഥിനിയുടെ നിശ്ശബ്ദതയിൽ ഞാൻ ഗാഢനിദ്രയിലാണ്ടു കിടക്കുമ്പോൾ എന്റെ ഏഴാത്മാവുകൾ വ്യഗ്രചിത്തരായി സംഭാഷണം തുടങ്ങി!

ഒന്നാമൻ: "ഈ ഭ്രാന്തനിലാണ് ഇത്രയും കാലം കഴിഞ്ഞു കൂടിയത്. പകൽ അവന്റെ വേദന പുതുക്കി, രാത്രി അവന്റെ ദുഃഖത്തെ നവീകരിച്ചു. ഈ കുഴപ്പം പിടിച്ച പണി തുടർന്നുകൊണ്ടുപോകാൻ സാദ്ധ്യമല്ല. അതുകൊണ്ട് ഞാൻ വിപ്ലവത്തിനു തയ്യാറാണ്."

രണ്ടാമൻ: "സഹോദരാ, നിന്റെ തലയിലെഴുത്ത് എന്റേതിനേക്കാൾ നന്നാണല്ലോ; എന്നെ ഈ മനുഷ്യന്റെ ആനന്ദാത്മാവാണു സൃഷ്ടിച്ചിരിക്കുന്നത്. ഞാൻ ഇവന്റെ ചിരി ചിരിക്കുന്നു. ഗാനമാലപിക്കുന്നു. നൃത്തം ചവിട്ടുന്നു. ഞാൻ ക്ലേശഭൂയിഷ്ഠമായ ഈ ജീവിതത്തിനെതിരെ വിപ്ലവം ചെയ്യാൻ ഒരുക്കമാണ്."

മൂന്നാമൻ: "അപ്പോൾ, പ്രേതാത്മാവായ എന്റെ കഥയോ? വാസനാജടിലതയുടെയും ഭാവനാവൈവിദ്ധ്യത്തിന്റെയും ഉദ്ദീപ്തപൂർത്തിയാണു ഞാൻ. ഇവനെതിരെ സമരം ചെയ്യുകയാണ് എന്റെ കർത്തവ്യം."

നാലാമൻ: "നികൃഷ്ടമായ വെറുപ്പും നാശോന്മുഖമായ ഭാവനകളുമല്ലാതെ മറ്റൊന്നും ലഭിക്കാത്ത എന്റെ കഥ നിങ്ങളുടേതിനേക്കാൾ എത്രയധികം ദയനീയമാണ്! നരകത്തിന്റെ ഇരുട്ടറയിൽ ജനിച്ച കൊടുങ്കാറ്റുപോലൊരാത്മാവു മാത്രമായ ഞാൻ, ഈ അടിമത്തത്തിനെതിരെ പടവെട്ടാൻ പോവുന്നു."

അഞ്ചാമൻ: "നിരന്തര ചിന്തകനും ഭാവനാഭരിതനുമായ എന്റെ ശിരസ്സിൽ അജ്ഞാനവും മിഥ്യയുമായ വസ്തുക്കളെക്കുറിച്ച് അന്വേഷിച്ചരിഷ്ടിക്കുവാനാണെന്റെ തലവിധി. നിങ്ങളല്ല ഞാനാണ് വിപ്ലവത്തിനി

റങ്ങേണ്ടത്.”

ആറാമൻ: “ക്ഷീണിച്ച കൈകളും ദാഹിച്ച കണ്ണുകളുംകൊണ്ട് വേലയെടുക്കുന്ന വിവശനായ തൊഴിലാളിയാണ് ഞാൻ. ദിവസങ്ങൾക്കു മുഹൂർത്തരൂപവും അരൂപത്വങ്ങൾക്കു സ്ഥായീരൂപവും നല്കുന്നു. ഞാൻ ഈ ഭ്രാന്തിനെതിരെ വിപ്ലവം നടത്തും.”

ഏഴാമൻ: “നിങ്ങൾ തന്നെയാണ് നിങ്ങളോരോരുത്തരുടെയും തലയിലെഴുത്ത് പൂർത്തിയാക്കേണ്ടത്. കഷ്ടം! ഞാൻ നിങ്ങളെപ്പോലൊരു തലയിലെഴുത്തുകാരനായിരുന്നെങ്കിൽ! എന്നാൽ എന്റെ വിധി അതല്ല. ഞാനൊരനാവശ്യാത്മാവാണ്. നിങ്ങൾ ജീവിതചക്രം തിരിക്കുന്നതിൽ മുഴുകുമ്പോൾ ഞാൻ പാടില്ലാത്തതും ലക്ഷ്യമില്ലാത്തതുമായ ഒരിടത്ത് അടങ്ങിയൊതുങ്ങി ഇരിക്കുകയായിരിക്കും. എന്റെ ചങ്ങാതിമാരേ, നിങ്ങളൊന്നു പറഞ്ഞുതരൂ. സമരത്തിന്നൊരുങ്ങേണ്ടതു നിങ്ങളോ ഞാനോ?”

ഏഴാമത്തെ ആത്മാവിതു പറഞ്ഞപ്പോൾ മറ്റാറുപേരും അതിന്റെ നേരെ ദയയോടെ ഒന്നും മിണ്ടാതെ നോക്കിനിന്നു. രാത്രി അനന്തമായാണ്ടിറങ്ങിയപ്പോൾ നൂതനാനന്ദത്തിന്റെ അടിമത്തത്തിൽ അവ സംതൃപ്തി പൂണ്ടു നിദ്ര ആരംഭിച്ചു.

എന്നാൽ ഏഴാമത്തെ ആത്മാവ് അന്യർക്ക് ദൃഷ്ടിഗോചരമല്ലാത്ത വസ്തുക്കൾക്കിടയിലുള്ള അഭാവം സശ്രദ്ധം നോക്കിക്കൊണ്ടിരുന്നു.

# പാലം പണിതത്

നഗരത്തിന്റെ പാതിയെ മറ്റേ പാതിയോട് അടുപ്പിക്കാനായി അന്ത്യോക്കസ് രാജാവ് അസ്സിനദി കടലിൽ ചേരുന്ന സ്ഥലത്ത് ഒരു പാലം പണിതു. കോവർ കഴുതകളുടെ പുറത്ത് കുന്നുകളിൽനിന്ന് കൊണ്ടു വന്ന വമ്പൻ കല്ലുകൾകൊണ്ടാണ് പാലം പണിതത്.

പണി കഴിഞ്ഞപ്പോൾ അവിടെയുള്ള സ്തൂപത്തിൽ കൊത്തിവെച്ചു:

അന്ത്യോക്കസ് രാജാവ് രണ്ടാമൻ പണി തീർത്ത പാലം.

നദിക്കുമുകളിലെ പ്രയോജനകാരിയായ ഈ പാലത്തിലൂടെ എല്ലാ ജനങ്ങളും നടന്നു.

ഒരു വൈകുന്നേരം അല്പം തലതിരിഞ്ഞവനെന്ന് ചിലർ കരുതുന്ന ഒരു യുവാവ് സ്തൂപത്തിലേക്ക് കേറിച്ചെന്നു. കൊത്തിവെച്ച വാക്കുകൾ കരികൊണ്ടു മായ്ച്ചു. എന്നിട്ട് അതിനുമേലെ ഇങ്ങനെ എഴുതി:

ഈ പാലത്തിന്റെ കല്ലുകൾ കുന്നുകളിൽ നിന്ന് ഇറക്കിക്കൊണ്ടുവന്നത് കോവൽ കഴുതകളാണ്. പാലത്തിലൂടെ അങ്ങോട്ടുമിങ്ങോട്ടും പോകുന്നവർ ഈ പാലം പണിത കോവർകഴുതകളുടെ പുറത്താണ് സവാരി ചെയ്യുന്നത്.

ചെറുപ്പക്കാരനെഴുതിയത് വായിച്ചപ്പോൾ ചിലർ ചിരിച്ചു. മറ്റുചിലർ അത്ഭുതപ്പെട്ടു. വേറെ ചിലർ പറഞ്ഞു: ആരാണിത് ചെയ്തതെന്ന് ഞങ്ങൾക്കറിയാം, അയാളൊരു അരക്കിറുക്കനല്ലേ?

പക്ഷേ, ഒരു കോവർകഴുത ചിരിച്ചുകൊണ്ട് മറ്റൊരു കോവർകഴുതയോട് പറഞ്ഞു: “ഈ കല്ലുകളെല്ലാം ചുമന്നത് നമ്മളാണെന്ന് നിനക്കോർമ്മയില്ലേ? എന്നിട്ടും ഇതുവരെയും പറഞ്ഞിരുന്നതെന്താണ്? ഈ പാലം പണിതത് അന്ത്യോക്കസ് രാജാവാണെന്ന്!”

# പണ്ഡിതൻ

**പ**ത്തായം നിറയെ തയ്യൽ സൂചികളുള്ള ഒരാളുണ്ടായിരുന്നു.

യേശുവിന്റെ മാതാവ് അയാളുടെ അരികിൽച്ചെന്ന് അപേക്ഷിച്ചു: "എന്റെ മകന്റെ ഉടുതുണി ആകെ കീറിപ്പോയി. ദയവു ചെയ്ത് എനിക്കത് തുന്നിത്തരണം. അവൻ പള്ളിയിലേക്കു പോകും മുൻപേ അല്ലെങ്കിൽ ഒരു സൂചി അങ്ങു എനിക്കു തരണം."

ഒരൊറ്റ സൂചിപോലും അയാൾ കൊടുത്തില്ല. കൊടുക്കൽ വാങ്ങലുകളെപ്പറ്റിയും സൂചിയെക്കുറിച്ചും അയാൾ ഒരു പ്രഭാഷണം നടത്തി; പള്ളിയിലേക്ക് പോകും മുൻപേ മകന് കൊണ്ടുപോയി കൊടുക്കാൻ.

# ഭാഷ

**നൂ**റ്റാണ്ടുകൾക്ക് മുമ്പൊരിക്കൽ ലബനോനിലെ ഒരു പർവ്വതച്ചെരുവിൽ രണ്ട് ദാർശനികന്മാർ കണ്ടുമുട്ടി. ഒരാൾ മറ്റേയാളോട് ചോദിച്ചു: "അങ്ങ് എവിടേക്ക് പോകുന്നു."

"ഈ പർവ്വതങ്ങളിൽ ഉണ്ടെന്ന് എനിക്ക് അറിയാവുന്ന നിത്യയൗവനത്തിന്റെ ഉറവ തേടിപ്പോവുകയാണ് ഞാൻ." രണ്ടാമൻ തുടർന്നു. "സൂര്യന് നേരെ പൊട്ടിവിടരുന്ന ആ ഉറവയെക്കുറിച്ച് ജ്ഞാനികൾ വളരെയധികം എഴുതിവച്ചിരിക്കുന്നത് ഞാൻ വായിച്ചിട്ടുണ്ട്. നിങ്ങൾ എന്താണ് അന്വേഷിക്കുന്നത്?"

"മരണത്തിന്റെ രഹസ്യമാണ് ഞാൻ അന്വേഷിച്ചുപോവുന്നത്." ഒന്നാമൻ മറുപടി പറഞ്ഞു.

അപ്പോഴാണ് ഓരോരുത്തനും അപരന്റെ അജ്ഞത മനസ്സിലാക്കുന്നത്. അവർ തർക്കിക്കാൻ തുടങ്ങി. ആത്മീയമായ അജ്ഞത പരസ്പരമാരോപിച്ച് അവർ വഴക്കിട്ടു.

അവർ അങ്ങനെ ഉറക്കെ ബഹളം വയ്ക്കുമ്പോൾ ഒരു അപരിചിതൻ അതുവഴി കടന്നുപോയി. സ്വന്തം ഗ്രാമത്തിൽ ഒരു വിഡ്ഢിയായി മുദ്രകുത്തപ്പെട്ട ഒരുവനായിരുന്നു അത്. ഈ ചൂടുപിടിച്ച വാഗ്വാദങ്ങൾ കേട്ട അവൻ അകലെ നിന്ന് അവരുടെ തർക്കവിഷയം മനസ്സിലാക്കി.

പിന്നെ അവർക്കടുത്തേക്ക് വന്ന് അവൻ പറഞ്ഞു: "അല്ലയോ ബഹുമാന്യരേ, നിങ്ങളിരുവരും ഒരേ ദാർശനിക പാരമ്പര്യമുള്ളവരാണെന്നാണ് എനിക്ക് തോന്നുന്നത്. നിങ്ങൾ ഇരുവരും ഒരേകാര്യം തന്നെയാണ് പറയുന്നത്. ഉപയോഗിക്കുന്ന വാക്കുകൾ മാത്രമാണ് വ്യത്യസ്തമായിട്ടുള്ളത്. ഒരാൾ നിത്യയൗവനത്തിന്റെ സ്രോതസ്സ് തേടിപ്പോവുന്നു. മറ്റേയാൾ മരണത്തിന്റെ രഹസ്യമാണന്വേഷിക്കുന്നത്. പക്ഷേ, അവ രണ്ടും ഒന്നുതന്നെയാണ്. ഒന്നായി അവ നിങ്ങളിൽ തന്നെയുണ്ടുതാനും."

“ഞാൻ പോകുന്നു ജ്ഞാനികളേ” തിരിഞ്ഞ് നടക്കവേ അവൻ പറഞ്ഞു. അകലേക്ക് നടക്കവെ നിശ്ശബ്ദമായി അവൻ ചിരിച്ചു.

ആ ദാർശനികന്മാർ ഒരു നിമിഷം നിശ്ചലരായി പരസ്പരം നോക്കി നിന്നു. എന്നിട്ട് അവർ ഉറക്കെ പൊട്ടിച്ചിരിച്ചു. അതിൽ ഒരാൾ ചോദിച്ചു. “അപ്പോൾ ഇനി നമുക്ക് ഒരുമിച്ച് അന്വേഷണം തുടരാം അല്ലേ?”

# ചരിത്രം

**ഒ**രു ഗ്രാമീണനെ വഴിക്കുവെച്ച് ഒരു സഞ്ചാരി കണ്ടുമുട്ടി. വിശാലമായ വയൽ ചൂണ്ടിക്കൊണ്ട് സഞ്ചാരി ചോദിച്ചു:

''അഹ്ലം രാജാവ് തന്റെ ശത്രുക്കളെ കീഴടക്കിയ യുദ്ധഭൂമി ഇതല്ലേ?''

ഗ്രാമീണൻ പറഞ്ഞു: "ഇതൊരിക്കലും ഒരു യുദ്ധഭൂമി ആയിരുന്നിട്ടില്ല. ഒരിക്കൽ മഹത്തായ സാദ് നഗരം ഇവിടെ നിലനിന്നിരുന്നു. ആ നഗരം ചുട്ടെരിച്ച് ചാരമാക്കി. ഇപ്പോൾ നല്ല വയലാണ്; കണ്ടില്ലേ?"

അവർ വേർപിരിഞ്ഞു. അരനാഴിക നടന്നു കാണും. സഞ്ചാരി മറ്റൊരാളെ കണ്ടു. വയലിലേക്കു ചൂണ്ടിക്കാട്ടി സഞ്ചാരി ചോദിച്ചു: "അവിടെയാണല്ലെ, മഹത്തായ സാദ് നഗരം നിലനിന്നിരുന്നത്."

"അവിടെയൊരിക്കലും ഒരു നഗരമുണ്ടായിരുന്നില്ല. ഒരു സന്ന്യാസിമഠം ഉണ്ടായിരുന്നു. തെക്കുനിന്നു വന്നവർ അത് തകർത്തു."

സഞ്ചാരി വീണ്ടും നടന്നു. മൂന്നാമതൊരാളെ കണ്ടുമുട്ടി. വിശാലമായ വയലിലേക്ക് വിരൽചൂണ്ടി വീണ്ടും ചോദിച്ചു:

"അവിടെ ഒരു സന്ന്യാസിമഠം നിലനിന്നിരുന്നു, അല്ലേ?"

ഒരിക്കലും ഒരു സന്ന്യാസിമഠം ഈ പ്രദേശത്തുണ്ടായിരുന്നില്ല. ഞങ്ങളുടെ പൂർവ്വികന്മാർ പറയാറുണ്ടായിരുന്നത് എന്താണെന്നോ? ഈ വയലിൽ ഒരു വലിയ ഉല്ക്ക വീണിരുന്നെന്ന്.

വിസ്മയം നിറഞ്ഞ ഹൃദയവുമായി സഞ്ചാരി യാത്ര തുടർന്നു. വളരെ പ്രായമായ ഒരാളെക്കൂടി അയാൾ കണ്ടു. ആദരപൂർവ്വം അഭിവാദ്യം ചെയ്തിട്ട് സഞ്ചാരി പറഞ്ഞു: "സാർ, ഇന്നാട്ടുകാരനായ മൂന്നുപേരെ ഇതേ വഴിയിൽ വെച്ചു ഞാൻ കണ്ടു. ഈ വയലിനെപ്പറ്റി ഞാൻ ചോദിച്ചു. ഓരോരുത്തനും മറ്റേയാൾ പറഞ്ഞത് നിഷേധിച്ചു. ഓരോ പുതിയ കഥ

പറയുകയും ചെയ്തു."

വൃദ്ധൻ തലയുയർത്തി. എന്നിട്ട് പറഞ്ഞു: "സ്നേഹിതാ, അവരോരോരുത്തരും പറഞ്ഞത് സത്യമാണ്. യാഥാർത്ഥ്യങ്ങളോട് വ്യത്യസ്ത വസ്തുതകൾ കൂട്ടിച്ചേർക്കാനും അതിൽനിന്ന് സത്യമുണ്ടാക്കാനും വളരെക്കുറച്ചാളുകൾക്കു മാത്രമേ കഴിയൂ."

# മാറ്റം

ദരിദ്രനായ കവിയും പണക്കാരനായ വിഡ്ഢിയും കവലയിൽവെച്ച് കണ്ടുമുട്ടി. രണ്ടുപേരും സംസാരിച്ചു. അവർ പറഞ്ഞതെല്ലാം അവരുടെ അസംതൃപ്തിയെപ്പറ്റിയായിരുന്നു.

ആ പാതയുടെ ദൈവദൂതൻ അപ്പോൾ ആ വഴിക്ക് കടന്നുപോയി. അയാളുടെ കൈകൾ കവിയുടെയും വിഡ്ഢിയുടെയും തോളിൽ തൊട്ടു. അപ്പോഴേക്കും അത്ഭുതകരമായത് സംഭവിച്ചു. രണ്ടുപേരും തങ്ങളുടെ സ്വത്ത് അന്യോന്യം കൈമാറിക്കഴിഞ്ഞു!

അവർ വേർപിരിഞ്ഞുപോയി. കേട്ടാൽ വിചിത്രമായിത്തോന്നും. പക്ഷേ, സത്യമായും സംഭവിച്ചത് ഇതാണ്. കവി തന്റെ കൈകളിൽ നോക്കി. തെന്നിമാറുന്ന ഉണങ്ങിയ മണലൊഴികെ മറ്റൊന്നും കണ്ടില്ല.

വിഡ്ഢി കണ്ണുകളടച്ച് തന്റെ ഹൃദയത്തിൽ മേഘങ്ങൾ പാറിപ്പറക്കുന്നതായി മാത്രം അയാൾക്കും തോന്നി.

# അലഞ്ഞുതിരിയുന്നവർ

**ഒ**രിക്കൽ അലഞ്ഞുതിരിയുന്ന മറ്റൊരാളെ ഞാൻ കണ്ടു. അയാളും ഒരല്പം വട്ടനായിരുന്നു. അതുകൊണ്ട് അയാൾ എന്നോടു പറഞ്ഞു:

“ഞാനൊരു നാടോടിയാണ്. കുള്ളന്മാരുടെ ഇടയിൽ കൂടിയാണ് ഞാൻ ഈ ഭൂമിയിൽ നടക്കുന്നതെന്ന് ചിലപ്പോൾ എനിക്ക് തോന്നും. ഭൂമിയിൽനിന്നും എന്റെ തല അവരുടേതിനേക്കാളും എഴുപതു കോൽ ഉയരെയായതുകൊണ്ടാണ് അത് ഉന്നതമായ, സ്വതന്ത്രമായ ചിന്തകൾ ജനിപ്പിക്കുന്നത്.”

“സത്യത്തിൽ ഞാൻ മനുഷ്യരുടെ ഇടയിൽക്കൂടിയല്ല അവർക്കു മുകളിൽക്കൂടിയാണ് നടക്കുന്നത്. അവരുടെ വിശാലമായ പടങ്ങളിലെ എന്റെ കാല്പാടുകൾ മാത്രമാണ് അവർക്ക് ആകപ്പാടെ കാണാനാവുന്നത്.”

പലപ്പോഴും അവർ എന്റെ കാല്പാടുകളുടെ വലിപ്പത്തെക്കുറിച്ചും രൂപത്തെക്കുറിച്ചും സംസാരിക്കുന്നതും വ്യത്യസ്താഭിപ്രായങ്ങൾ പുറപ്പെടുവിക്കുന്നതും ഞാൻ കേട്ടിട്ടുണ്ട്. “ഈ ഭൂമിയിൽ വളരെ പണ്ടുണ്ടായിരുന്ന ആനകളേക്കാളും വലിപ്പമുള്ള ഭീമാകാരനായ ഒരുതരം മൃഗത്തിന്റെ ചവുട്ടടികളാണിത്” എന്നുവരെ പറയുന്ന ചിലരുണ്ട്. മറ്റു ചിലർ പറയും, “അല്ല അത് അകലെയുള്ള ഏതോ നക്ഷത്രത്തിൽനിന്നും ഒരു കൊള്ളിയാൻ പാഞ്ഞുവന്നു വീണതാണ്.

“പക്ഷേ, സുഹൃത്തേ, നിനക്ക് നന്നായിട്ടറിയാം അവ അതൊന്നുമേയല്ലെന്ന്. അവ ഒരലഞ്ഞുതിരിയുന്നവന്റെ കാല്പാടുകളാണെന്ന്.”

# പഴയ വീഞ്ഞ്

**ഒ**രു പണക്കാരൻ തന്റെ നിലവറയെക്കുറിച്ചും അതിൽ സൂക്ഷിച്ചിരുന്ന വീഞ്ഞിനെക്കുറിച്ചും അഭിമാനംകൊണ്ടു. തനിക്കുമാത്രം അറിയാവുന്ന വിശേഷ ദിവസങ്ങൾക്കായി അതിപുരാതനമായ വീഞ്ഞ് ഒരു ഭരണിയിൽ പ്രത്യേകം സൂക്ഷിച്ചുവച്ചു.

ഗവർണർ ഒരു ദിവസം അയാളെ സന്ദർശിച്ചു. ഗവർണറെപ്പറ്റി അയാൾ ചുഴിഞ്ഞാലോചിച്ചു. അവസാനം അയാൾ ഒരു തീരുമാനത്തിലെത്തി. ഒരു വെറും ഗവർണർക്കായി ഈ ഭരണി ഞാൻ തുറക്കില്ല.

മറ്റൊരു ദിവസം ഇടവകയിലെ ബിഷപ്പു വന്നു. പണക്കാരൻ തന്നത്താൻ പറഞ്ഞു. 'ഇല്ല. ആ ഭരണി ഞാൻ തുറക്കില്ല. വീഞ്ഞിന്റെ വില ബിഷപ്പിനറിയില്ല. അതിന്റെ സുഗന്ധം അയാളുടെ നാസാരന്ധ്രങ്ങളിൽ എത്തുകയുമില്ല.'

അന്നാട്ടിലെ രാജകുമാരനും വന്നു. അയാളോടൊപ്പം അത്താഴവും കഴിച്ചു. പക്ഷേ, പണക്കാരൻ കരുതി: ഒരു കുട്ടിരാജാവിന് ആസ്വദിക്കാൻ ആവാത്തത്രയും രാജകീയമായ വീഞ്ഞാണിത്.

സ്വന്തം മരുമകന്റെ വിവാഹദിനത്തിലും അയാൾ തന്നത്താൻ പറഞ്ഞു. 'ഈ വിരുന്നുകാർക്കുവേണ്ടി ആ ഭരണി ഞാൻ പുറത്തെടുക്കില്ല.'

വർഷങ്ങൾ കടന്നുപോയി. അയാൾ വൃദ്ധനായി മരണപ്പെട്ടു. എല്ലാവരേയുംപോലെ അയാളെയും കുഴിച്ചുമൂടി.

അന്നേദിവസംതന്നെ മറ്റു വീഞ്ഞുഭരണികളോടൊപ്പം അതിപുരാതനമായ ആ വീഞ്ഞുമുഴുവൻ അകത്താക്കി. അവരാരും തന്നെ അതിന്റെ അതിപുരാതനത്വം അറിഞ്ഞതേയില്ല. അവർക്ക് കോപ്പയിലൊഴിച്ചതെല്ലാം വീഞ്ഞു മാത്രമായിരുന്നു.

# കവികൾ

**ഒ**രു പാത്രം നിറയെ വീഞ്ഞുമായി മേശയ്ക്കു ചുറ്റും ഇരിക്കുകയായിരുന്നു നാലു കവികൾ.

“അതിമനോഹരമായ ഒരു കാനനത്തിനു മുകളിലൂടെ ചിറകുവിടർത്തി പറക്കുന്ന പക്ഷിക്കൂട്ടത്തെപ്പോലെ, ഈ വീഞ്ഞിന്റെ ലഹരി അങ്ങാകാശത്താകെ പടർന്നു നിറയുന്നത് ഞാൻ എന്റെ മൂന്നാംകണ്ണു കൊണ്ട് കാണുംപോലെ തോന്നുന്നു.” ഒന്നാമത്തെ കവി പറഞ്ഞു.

“ആ തൂവെള്ള പക്ഷികൾ പാടുന്നത് ഞാൻ എന്റെ ഉള്ളിൽ കേൾക്കുന്നു.” നിവർന്നിരുന്നുകൊണ്ട് രണ്ടാമത്തെ കവി മൊഴിഞ്ഞു. ഒരു വെളുത്ത റോസാപുഷ്പം അതിന്റെ ഇതളുകൾക്കുള്ളിൽ വണ്ടിനെ തടവിലാക്കും പോലെ ആ മധുരഗീതം എന്റെ ഹൃദയത്തെ കീഴടക്കിയിരിക്കുന്നു.”

കണ്ണുകളടച്ച് കൈകൾ ആകാശത്തേക്ക് ഉയർത്തിക്കൊണ്ട് മൂന്നാമത്തെ കവി പറഞ്ഞു. “എന്റെ കൈകൾക്ക് അവയെ സ്പർശിക്കാനാവുന്നുണ്ട്. ഉറങ്ങുന്ന ഒരു ദേവതയുടെ ശ്വാസോച്ഛ്വാസമെന്നപോലെ അവയുടെ ചിറകുകളുടെ മൃദുചലനങ്ങൾ എന്റെ വിരലുകൾക്ക് അനുഭവപ്പെടുന്നുണ്ട്.”

“കഷ്ടമായിപ്പോയി എന്റെ സുഹൃത്തുക്കളേ! കാഴ്ചയുടെയും കേൾവിയുടെയും സ്പർശനത്തിന്റെയും കാര്യത്തിൽ ഞാനൊരു ബോറനായിപ്പോയിരിക്കുന്നു.” എഴുന്നേറ്റ് വീഞ്ഞുപാത്രം എടുത്തുയർത്തിക്കൊണ്ട് നാലാമത്തെ കവി പ്രസ്താവിച്ചു. ‘ഈ വീഞ്ഞിന്റെ സുഗന്ധം എനിക്കു കാണാനാവുന്നില്ല. അതിന്റെ സംഗീതം എനിക്ക് കേൾക്കാനുമാവുന്നില്ല. ആ ചിറകുകളുടെ ചലനം എനിക്കനുഭവപ്പെടുന്നേയില്ല. എനിക്ക് ഈ വീഞ്ഞ് മാത്രമേ കാണാനാവുന്നുള്ളൂ. അതുകൊണ്ട് ഈ

വീഞ്ഞിപ്പോൾ ഞാൻ കുടിക്കാം. എന്റെ ഇന്ദ്രിയങ്ങളെ കൂടുതൽ ശക്തമാക്കുവാനും നിങ്ങളെത്തിയ ആ അവാച്യമായ ആനന്ദത്തിന്റെ മേഖലകളിലേക്ക് എന്നെയുയർത്തുവാനും ഇതിന് കഴിഞ്ഞേക്കും."

അയാൾ വീഞ്ഞു പാത്രം തന്റെ അധരങ്ങളിലേക്കടുപ്പിച്ചു. അതിലെ അവസാനത്തെ തുള്ളിവരെയും അയാൾ ഊറ്റിക്കുടിച്ചു.

അന്തംവിട്ട് വായും പൊളിച്ച് ആ മൂന്നു കവികളും അയാളെ നോക്കിയിരുന്നു. ദാഹാർത്തമായ അവരുടെ കണ്ണുകളിൽ ഒട്ടും തന്നെ സംഗീതാത്മകമല്ലാത്ത പകയാണ് അപ്പോൾ നിറഞ്ഞിരുന്നത്.

# ആമാശയം

**ഉ**ദാരമതിയായ ചെന്നായ ചെമ്മരിയാടിനെ ക്ഷണിച്ചു:

"ഒരു സന്ദർശനംകൊണ്ട് ഞങ്ങളുടെ വീടിനെ ആദരിക്കില്ലേ?"

നിങ്ങളുടെ വീട്ടിൽ വരുന്നതുകൊണ്ട് ഞങ്ങളും ആദരിക്കപ്പെടുമായിരുന്നു; അത് നിങ്ങളുടെ ആമാശയം ആയിരുന്നെങ്കിൽ.

ചെമ്മരിയാട് മറുപടി പറഞ്ഞു.

# തലമുറകൾ

**ഒ**രിക്കൽ ഞാനൊരു സ്ത്രീയുടെ മുഖം കണ്ടു. ഇതേവരെയും പിറന്നിട്ടില്ലാത്ത അവളുടെ എല്ലാ കുട്ടികളെയും കണ്ടു.

ആ സ്ത്രീ എന്റെ മുഖത്തുനോക്കി. അവൾ പിറക്കും മുമ്പേ മരിച്ചുപോയ എന്റെ എല്ലാ കാരണവന്മാരെയും അവൾ മനസ്സിലാക്കി.

# ന്യായവിധി

**കൊ**ട്ടാരത്തിലൊരു ഗംഭീര സദ്യ നടക്കുകയാണ്. പൗരപ്രധാനികളും മന്ത്രിമാരും മറ്റും കുശലം പറഞ്ഞുകൊണ്ട് വട്ടം കൂടിയിരിക്കുകയാണ്. ഈ സമയം ചക്രവർത്തിയുടെ അടുത്ത് അപരിചിതനായ ഒരാൾ കയറിച്ചെന്നു. രാജാവിനെ നമസ്കരിച്ചു. അതിഥികൾ അത്ഭുതത്തോടെ ആഗതനെ തുറിച്ചു നോക്കി. അയാളുടെ ഒരു കണ്ണ് പുറത്തേക്ക് തള്ളിയിരുന്നു. മുറിവിൽനിന്നു ചോരയൊലിക്കുന്നുണ്ടായിരുന്നു.

"നിങ്ങളെങ്ങനെ ഈ അബദ്ധത്തിൽപ്പെട്ടു?" ചക്രവർത്തി ചോദിച്ചു. വീട്ടിൽ നിലാവുദിക്കുന്നതിനു മുൻപ് കവർച്ചയ്ക്കു പോയി. പക്ഷേ, വഴി തെറ്റി ഒരു നെയ്ത്തുകാരന്റെ വീട്ടിലേക്കാണ് കയറിയത്. നല്ല കൂരിരുട്ട്. ഞാൻ ജനലിലൂടെ അകത്തേക്ക് ചാടിയപ്പോൾ എന്റെ തല തറയിൽ മുട്ടി കണ്ണുപൊട്ടി. ആ നെയ്ത്തുകാരനെക്കൊണ്ട് സമാധാനം പറയിക്കുവാനാണ് ഞാൻ അങ്ങയുടെ മുമ്പിൽ വന്നിരിക്കുന്നത്."

ചക്രവർത്തി നെയ്ത്തുകാരനെ ആളയച്ചു വരുത്തി. അവന്റെ ഒരു കണ്ണ് ചൂഴ്ന്നെടുക്കണമെന്ന് വിധി കല്പിച്ചു.

നെയ്ത്തുകാരൻ പറഞ്ഞു: "പ്രഭോ അങ്ങയുടെ വിധി അന്യായവും ഔചിത്യരഹിതവുമാണ്. എനിക്ക് രണ്ടു കണ്ണുണ്ടെങ്കിലേ വസ്ത്രങ്ങൾ നെയ്യുന്നതിന്റെ ഇരുപുറവും നോക്കാൻ കഴിയൂ. എന്റെ അയൽപക്കത്തൊരു ചെരുപ്പുകുത്തിയുണ്ട്. വാസ്തവത്തിൽ അവനു രണ്ടു കണ്ണിന്റെ ആവശ്യമില്ല."

ഇതുകേട്ട് ചക്രവർത്തി ചെരുപ്പുകുത്തിയെ വരുത്തി അവന്റെ രണ്ടു കണ്ണുകളിലൊന്നു ചൂഴ്ന്നെടുത്തു.

അങ്ങനെ നീതി നടപ്പിലായി!

# കുറുക്കൻ

**രാ**വിലെ തന്റെ നിഴൽ നീണ്ടുകിടക്കുന്നതുകണ്ട കുറുക്കൻ പറഞ്ഞു: "എനിക്കിന്നു പ്രാതലിന്നൊരാനയെ കിട്ടണം."

ആനയെ അന്വേഷിച്ച് ഉച്ചവരെ അവൻ അലഞ്ഞുതിരിഞ്ഞു. എന്നാൽ ഉച്ചയ്ക്ക് തന്റെ നിഴൽ കണ്ട കുറുക്കൻ പറഞ്ഞു: "എനിക്കൊരെലിയെ കിട്ടിയാലും മതി."

# ഭീരു

**ഏ**കാന്തമായ മലമുകളിൽ രണ്ടു മഹർഷിമാർ ജീവിച്ചിരുന്നു. അവരന്യോന്യം സ്നേഹിച്ചും ദൈവത്തെ ആരാധിച്ചും ജീവിച്ചുപോന്നു.

അവർക്ക് ആകെയുണ്ടായിരുന്നത് ഒരു മൺചട്ടി മാത്രമായിരുന്നു.

മൂത്ത മഹർഷിയുടെ ഹൃദയത്തിൽ ഒരിക്കൽ പിശാചു കടന്നുകൂടി. അയാൾ ഇളയവന്റെ അരികിൽ ചെന്നു. എന്നിട്ട് പറഞ്ഞു. "വളരെക്കാലമായി നാമൊന്നിച്ചു താമസിക്കുന്നു. നമുക്കു പിരിയാൻ നേരമായി. നമ്മുടെ സ്വത്ത് ഭാഗിക്കാം."

ഇളയ മഹർഷി ദുഃഖിതനായി. അയാൾ പറഞ്ഞു: "ജ്യേഷ്ഠാ, അങ്ങ് എന്നെ വിട്ടുപോകരുത്. ഈ വേർപാട് എന്നെ വേദനിപ്പിക്കുന്നു. പോകണമെന്ന് അങ്ങയ്ക്ക് നിർബ്ബന്ധമാണെങ്കിൽ അങ്ങനെയാവാം." അയാൾ മൺചട്ടിയെടുത്ത് മൂത്ത മഹർഷിക്കു കൊടുത്തു. എന്നിട്ടു തുടർന്നു. "ഇത് നമുക്ക് ഭാഗിക്കുകതന്നെ വേണം." മൂത്ത മഹർഷി പറഞ്ഞു:

"ഈ ചട്ടിപൊട്ടിച്ചാൽ അങ്ങേക്കോ എനിക്കോ എന്താണ് പ്രയോജനം? അങ്ങേക്കു സന്തോഷമാണെങ്കിൽ നമുക്കു നറുക്കിട്ടെടുക്കാം."

"എനിക്കു നീതിപൂർവ്വമുള്ള എന്റെ ഓഹരി മാത്രം മതി. നീതിയും അവകാശവും വെറും ഭാഗ്യപരീക്ഷണത്തിന് വിടാനാവില്ല. എനിക്കതിൽ വിശ്വാസമില്ല. മൺചട്ടി ഭാഗിക്കുക തന്നെ വേണം."

യുക്തി ഉപദേശിക്കാൻ കഴിയാതെ ഇളയ മഹർഷി പറഞ്ഞു: "അങ്ങയുടെ ഉറച്ച തീരുമാനം അതാണെങ്കിൽ അങ്ങനെത്തന്നെയാവാം. മൺചട്ടി നമുക്ക് പൊട്ടിക്കാം."

മൂത്ത മഹർഷിയുടെ മുഖം ഇരുണ്ടു. അയാൾ മന്ദഹസിച്ചു: "ഭീരു, ഒരു ശണ്ഠയ്ക്ക് നീ ഒരുങ്ങില്ലെന്നാണോ?"

# രാജബുദ്ധി

**പ**ണ്ടു നടന്നൊരു സംഭവമാണ്. ഒരു ഗ്രാമത്തിൽ ഒരു രാജാവുണ്ടായിരുന്നു. മറ്റെല്ലാവരും വീരപരാക്രമങ്ങളിൽ അയാളെ ഭയപ്പെട്ടു. ബുദ്ധിസാമർത്ഥ്യത്തിലും കാര്യകുശലതയിലും മുമ്പൻ. അയാൾ പ്രജാസ്നേഹിയായിരുന്നു.

അയാളുടെ നഗരത്തിന്റെ മദ്ധ്യത്തിൽ ഒരു കിണറുണ്ട്. തണുപ്പേറിയ മഞ്ഞിൻകട്ടപോലെയായിരുന്നു അതിലെ വെള്ളം. മഞ്ഞുമണിപോലെ നിർമ്മലം. നഗരത്തിലെ ജനങ്ങളും, രാജാവും, അദ്ദേഹത്തിന്റെ പരിവാരങ്ങളും ആ കിണറ്റിൽ നിന്നാണു വെള്ളം കുടിച്ചിരുന്നത്. അവിടെ വേറൊരു കിണറില്ല.

ഒരുദിവസം അർദ്ധരാത്രി എല്ലാവരും ഉറങ്ങിക്കിടക്കുമ്പോൾ ആ കിണറ്റിൽ ഏഴുതുള്ളി ദിവ്യഔഷധം ഒഴിച്ചുകൊണ്ട് യക്ഷി പറഞ്ഞു: "ഇനി ഇതിലെ വെള്ളം കുടിക്കുന്നവരെല്ലാം ഭ്രാന്തന്മാരാകും."

അടുത്ത ദിവസം രാജാവും മന്ത്രിമാരുമൊഴിച്ചു മറ്റെല്ലാവരും അതിലെ വെള്ളം കുടിച്ചു. അവർ യക്ഷി പറഞ്ഞപോലെ ഭ്രാന്തന്മരായിത്തീർന്നു.

അന്നു പട്ടണത്തിലെ ഓരോ തെരുവിലും ഓരോ മുക്കിലും മൂലയിലുംനിന്ന് ആളുകൾ അന്യോന്യം പിറുപിറുക്കുകയാണ്: "നമ്മുടെ രാജാവിനും മന്ത്രിമാർക്കും ഭ്രാന്തുപിടിച്ചിരിക്കുന്നു. നമുക്കിനി ഇവരുടെ ഭരണം സഹിച്ചിരിക്കാൻ വയ്യ. ഇയാളെ സ്ഥാനഭ്രഷ്ടനാക്കണം." സന്ധ്യയായപ്പോൾ രാജാവ് ഒരു സ്വർണ്ണക്കുടത്തിൽ ആ കിണറ്റിൽ നിന്ന് വെള്ളം കൊണ്ടുവരുവിച്ചു. അയാൾ സ്വയം കുടിക്കുകയും മന്ത്രിമാരെ കുടിപ്പിക്കുകയും ചെയ്തു. പിന്നത്തെക്കഥയോ? പട്ടണത്തിലാകെ, പാട്ടും മേളവും പുഷ്പവൃഷ്ടിയും. രാജാവിന്റെയും മന്ത്രമാരുടെയും തലതിരിച്ചിൽ മാറിയെന്നു ജനങ്ങൾ മനസ്സിലാക്കി.

# മുഖങ്ങൾ

**ഒ**രായിരം ഭാവങ്ങളുള്ള അനേകം മുഖങ്ങൾ ഞാൻ കണ്ടിട്ടുണ്ട്. ഒരച്ചിൽ വാർത്തപോലെ ഒരൊറ്റ ഭാവം മാത്രമുള്ള മുഖങ്ങളും.

ഇന്ന് നഗരത്തിൽവെച്ച് ഞാനൊരു മുഖം കണ്ടു. അതിന്റെ ശോഭയിലൂടെ അടിയിലുള്ള വൈരൂപ്യവും എനിക്കു കാണാൻ കഴിഞ്ഞു. മറ്റൊരു മുഖത്തിന്റെ ശോഭ എനിക്കു പൊക്കിനോക്കേണ്ടിവന്നു. അതെത്രമാത്രം സുന്ദരമാണെന്ന് കാണാനായി.

ശൂന്യതകൊണ്ട് ധാരാളം വരഞ്ഞിട്ടുള്ള വയസ്സായ ഒരു മുഖവും. എല്ലാ കാര്യങ്ങളും കൊത്തിവെച്ചിട്ടുള്ള മിനുസമേറിയ ഒരു മുഖവും ഞാൻ കണ്ടു.

എനിക്ക് മുഖങ്ങൾ നന്നായി മനസ്സിലാവും. കാരണം, ഞാൻ നോക്കുന്നത് എന്റെ സ്വന്തം കണ്ണുകൾ നെയ്തെടുത്ത ചട്ടക്കൂട്ടിലൂടെയാണ്. അതിനാൽ അടിത്തട്ടിലുള്ള പരമാർത്ഥം ഞാൻ കാണുകയും ചെയ്യുന്നു.

# വഴികാട്ടിയുടെ കോപം

**വി**ശുദ്ധ നഗരത്തിലേക്കുള്ള വഴിയിൽവെച്ച് ഞാൻ മറ്റൊരു തീർത്ഥാടകനെ കണ്ടുമുട്ടി. ഞാൻ അയാളോട് ചോദിച്ചു:

"വിശുദ്ധ നഗരത്തിലേക്കുള്ള വഴി ഇതു തന്നെയാണോ?"

"അതെ, എന്നെ പിന്തുടർന്നേക്കൂ. ഒരു പകലും ഒരു രാത്രിയും കഴിയും മുൻപേ, നിങ്ങൾ വിശുദ്ധ നഗരത്തിലെത്തും." അയാൾ പറഞ്ഞു.

ഞാനയാളെ പിന്തുടർന്നു. ഒരുപാട് പകലുകളും ഒരുപാട് രാത്രികളും ഞങ്ങൾ നടന്നു. എന്നിട്ടും വിശുദ്ധ നഗരിയിലെത്തിയില്ല.

എന്നിട്ടും അയാൾക്കെന്നോട് കോപം! വഴി തെറ്റിച്ചതിൽ! ഇതെന്നെ അത്ഭുതപ്പെടുത്തി.

# മറ്റൊരാൾ

**നി**ങ്ങളുടെ ഏറ്റവും തിളക്കമുള്ള ഉടയാടകൾ മറ്റൊരാൾ നെയ്തതാണ്.

ഏറ്റവും സ്വാദുറ്റ ഭക്ഷണം മറ്റൊരാളുടെ തീൻമേശയിൽ കഴിക്കുന്നതാണ്.

ഏറ്റവും സുഖദായിയായ ശയ്യ മറ്റൊരാളുടെ വീട്ടിലാണ്.

സത്യമിതായിരിക്കെ, നിങ്ങൾക്കെങ്ങനെ മറ്റൊരാളിൽനിന്ന് നിങ്ങളെ വേർതിരിക്കാനാവും?

# ദൈവങ്ങൾ

**കി**ലാഫികളുടെ നഗരത്തിൽ ക്ഷേത്രത്തിനു മുന്നിലെ കല്പടവുകളിൽ നിന്ന് ഒരു മതപ്രചാരകൻ നാനാദൈവങ്ങളെക്കുറിച്ച് പ്രഭാഷണം നടത്തി. ജനങ്ങൾ സ്വയം പറഞ്ഞു: "നമുക്കിതൊക്കെ അറിയാമല്ലോ. ആ ദൈവങ്ങൾ ഞങ്ങളോടൊപ്പം വസിക്കുകയും എന്നും എങ്ങും ഞങ്ങളെ പിന്തുടരുകയും ചെയ്യുന്നുണ്ടല്ലോ."

താമസിയാതെ മറ്റൊരു മനുഷ്യൻ ചന്തസ്ഥലത്തുനിന്നു ഉറക്കെ പ്രസ്താവിച്ചു: "ഈശ്വരൻ എന്നൊരാളില്ല." അത് കേട്ട പലർക്കും സന്തോഷമായി. കാരണം അവർക്ക് ദൈവങ്ങളെ പേടിയായിരുന്നു.

മറ്റൊരു ദിവസം ഒരു പ്രാസംഗികൻ അവിടെ വന്നു. അയാൾ വിളിച്ചു പറഞ്ഞു: "ഒരേ ഒരു ദൈവമാണുള്ളത്." ഇപ്പോൾ ജനങ്ങൾ അസ്വസ്ഥരായി. കാരണം ഒരൊറ്റ ദൈവത്തിന്റെ ന്യായവിധിയെ അവർക്ക് ഒരു കൂട്ടം ദൈവങ്ങളുടെ പ്രവൃത്തികളേക്കാൾ ഭയമായിരുന്നു.

അക്കാലത്ത് തന്നെ മറ്റൊരു മനുഷ്യനും അവിടെയെത്തി. അയാൾ ജനങ്ങളോടു പറഞ്ഞു: "മൂന്ന് ദൈവങ്ങളാണുള്ളത്. കാറ്റിൽ അവർ ഒന്നായി വസിക്കുന്നു. അവർക്ക് ദയാവതിയായ ഒരമ്മയുണ്ട്. അവൾ അവരുടെ കാമുകിയും സഹോദരിയും കൂടിയാണ്."

അത് എല്ലാവരെയും ആശ്വസിപ്പിച്ചു. അതിന്റെ കാരണം രഹസ്യമായെങ്കിലും അവർ പറയാറുണ്ടായിരുന്നു. 'മൂന്ന് ദൈവങ്ങൾ നമ്മുടെ തെറ്റുകളെക്കുറിച്ച് ഒരിക്കലും ഏകാഭിപ്രായക്കാരായിരിക്കുകയില്ല. മാത്രമല്ല, ഈ പാവപ്പെട്ട ദുർബ്ബലരുടെ തെറ്റുകളെപ്പൊറുക്കാൻ ആ സ്നേഹമയിയായ അമ്മ ദൈവങ്ങളോടു പറയുകയും ചെയ്യും."

എങ്കിലും ദൈവമില്ലെന്നും ഒരുപാട് ദൈവങ്ങളുണ്ടെന്നും ഒരു ദൈവമാണുള്ളതെന്നും മൂന്ന് ദൈവങ്ങൾ ഒരുമിച്ച് വസിക്കുന്നെന്നും ദൈവങ്ങൾക്ക് സ്നേഹമയിയായ ഒരമ്മയുണ്ടെന്നും ഒക്കെ തർക്കിക്കുകയും വെറുതെ പരസ്പരം വഴക്കടിക്കുകയും ചെയ്യുന്നവർ ഇന്നും കിലാഫികളുടെ നഗരത്തിലുണ്ട്.

# കാത്തിരിപ്പ്

**മൂ**ന്നുപേർ വെടിപ്പുരയിൽ വട്ടമിട്ടിരിക്കുകയാണ്. ഒരു നെയ്ത്തുകാരൻ, ഒരു ആശാരി, ഒരു കൂലിക്കാരൻ.

നെയ്ത്തുകാരൻ പറഞ്ഞു: "രണ്ടുപവന് ഞാനൊരു ശവക്കോടി വിറ്റു. വരൂ, നമുക്കൊന്നാഘോഷിക്കാം."

ആശാരി: "നല്ല വിലയ്ക്കു ഞാനിന്നൊരു ശവപ്പെട്ടി വിറ്റു. പോകാം ഇറച്ചിയും കഴിക്കാം."

കൂലിക്കാരൻ: "ഞാനിന്നൊരു ശവക്കുഴി വെട്ടി. എനിക്കിരട്ടിക്കൂലി കിട്ടി. അതുകൊണ്ട് കുറച്ചു മീൻ കൂടി വാങ്ങാം."

അന്നു രാത്രി ആ വെടിപ്പുരയിൽ കോലാഹലമായിരുന്നു. മദ്യവും മാംസവും മത്സ്യവും മുറയ്ക്കടിച്ചു മൂവരും മത്തടിച്ചു കൂത്താടി.

സ്ഥലം സൂക്ഷിപ്പുകാരൻ തന്റെ ഭാര്യയുടെ നേരെ നോക്കി പുഞ്ചിരിച്ചു.

"നമ്മുടെ ഇന്നത്തെ അതിഥികൾ കൈയയച്ചു ചെലവു ചെയ്യുന്നുണ്ട്."

അവർ അവിടെ വിട്ടപ്പോൾ നിലാവുദിച്ചിരുന്നു. വഴിയിൽക്കൂടി, കളിച്ചും ചിരിച്ചും ആടിപ്പാടിയും അലച്ചും തൊഴിച്ചും അങ്ങനെ പോകുന്ന അവരെ നോക്കി ഷാപ്പുകാരന്റെ ഭാര്യ പറയുകയാണ്: "ഇവരെത്ര ഉദാരന്മാരും ധാരാളികളുമാണ്! ഈ കുടിയന്മാർ പതിവായി വന്നിരുന്നെങ്കിൽ, നമ്മുടെ മകന് മദ്യവ്യാപാരം നടത്തേണ്ടിവരില്ല. അവന് ഉന്നത വിദ്യാഭ്യാസമേകുവാനും ഒരു പാതിരിയുടെ പദവിയിലേക്കുയർത്താനും കഴിഞ്ഞേനെ."

# പുതുമയുള്ള ആനന്ദം

**ഞാ**നിന്നലെ നൂതനമായ ഒരാനന്ദം ആവിഷ്കരിച്ചു. ആദ്യമായി അതനുഭവിച്ചപ്പോൾ ഒരു ദേവനും പിശാചും എന്റെ മുറിക്കടുത്തേക്കോടി വന്നു. ഇരുവരും എന്റെ വാതില്ക്കൽവെച്ചു കണ്ടുമുട്ടി. എന്റെ പുതിയ കണ്ടുപിടിത്തത്തെപ്പറ്റി ഇങ്ങനെ തർക്കിച്ചു.

ഒന്നാമൻ: "ഇതു പാപമാണ്."

രണ്ടാമൻ: "ഇതു പുണ്യമാണ്."

# അനുഭൂതികൾ

**"ഈ** താഴ്വരകൾക്കപ്പുറം, നീല മഞ്ഞിന്റെ മൂടുപടമണിഞ്ഞ പർവ്വതം ഞാൻ കാണുന്നു. എത്രമാത്രം സുന്ദരമാണത്!"

കണ്ണു വിസ്മയം കൊണ്ടു.

ചെവി ഇതു കേട്ടു. ശ്രദ്ധയോടെ തെല്ലിട ചെവിയോർത്തു. എന്നിട്ടും പറഞ്ഞു:

"എവിടെയാണ് പർവ്വതം? എനിക്കത് കേൾക്കാനാവുന്നില്ലല്ലോ."

പർവ്വതത്തെ അറിയാനും തൊടാനും ഞാനും ശ്രമിക്കയാണ്. പക്ഷേ, ഫലമൊന്നുമില്ല. പർവ്വതത്തെ എനിക്കു സ്പർശിക്കാനാവുന്നില്ല.

കൈത്തലം ചെവിയെ പിന്താങ്ങി.

"പർവ്വതമേയില്ല. എനിക്കത് മണക്കാനാവുന്നില്ല."

മൂക്ക് തന്റെ സ്ഥിതി വ്യക്തമാക്കി.

അന്നേരം കണ്ണ് മറുവശത്തേക്ക് ഒന്നു തിരിഞ്ഞു. എല്ലാവരും കൂടി കണ്ണിന്റെ അസാധാരണമായ വിഭ്രാന്തിയെപ്പറ്റി സംസാരിക്കാനും തുടങ്ങി.

അവസാനം എല്ലാവരും കൂടി ഒരു തീരുമാനത്തിലെത്തി.

കണ്ണിന് കാര്യമായ എന്തോ തകരാറുണ്ട്. തീർച്ച.

# സാഗരവും മണൽത്തരിയും

**അ**വരുണരുമ്പോൾ എന്നോടു പറയുന്നു:

"നീയും നീ ജീവിക്കുന്ന ലോകവും അനന്തമായ സാഗരത്തിന്റെ അനന്തമായ തീരത്തിലെ ഒരു മണൽത്തരി മാത്രം."

ഞാനെന്റെ സ്വപ്നങ്ങളിൽ അവരോട് മറുപടി പറയും.

"അനന്തമായ ആ സാഗരം ഞാനാണ്; എല്ലാ ലോകങ്ങളും എന്റെ തീരത്തിലുള്ള മണൽത്തരികൾ മാത്രം."

# കുറുക്കൻ

**ഇ**രുപത് കുതിരക്കാരും ഇരുപത് വേട്ടപ്പട്ടികളും ഒരു കുറുക്കനെ വേട്ടയാടുകയാണ്. അപ്പോൾ കുറുക്കൻ പറഞ്ഞു:

"തീർച്ചയായും ഇവരെന്നെ കൊല്ലും. പക്ഷേ, എത്രമാത്രം മോശക്കാരാണിവർ. ഇരുപതു ചെന്നായ്ക്കളുടെ അകമ്പടിയോടെ, ഇരുപത് കഴുതകളുടെ പുറത്ത് സവാരി ചെയ്യുന്ന ഇരുപതു കുറുക്കന്മാർ വേണോ ഒരൊറ്റ മനുഷ്യനെ വേട്ടയാടാനും കൊല്ലാനും?

ഞാൻ അത്രയൊന്നും അർഹിക്കുന്നില്ല."

# അന്യഭാഷ

**ജ**നിച്ചതിന്റെ മൂന്നാം ദിവസം ഞാൻ പട്ടുകിടക്കയിൽ കിടന്നു കൊണ്ട് ചുറ്റുപാടും ആശ്ചര്യത്തോടെ നോക്കിക്കൊണ്ടിരിക്കുമ്പോൾ അമ്മ പരിചാരികയോടു ചോദിക്കുന്നതു കേട്ടു: “എങ്ങനെയുണ്ട് എന്റെ ഓമനേ?”

പരിചാരിക മറുപടി പറഞ്ഞു: “നല്ല കുട്ടിയാണമ്മേ, ഞാൻ മൂന്നു പ്രാവശ്യം മുലകൊടുത്തു. ഇത്ര ആനന്ദമുള്ള കുട്ടിയെ ഞാനിതുവരെ കണ്ടിട്ടില്ല.”

ഞാൻ വ്യസനത്തോടെ വിളിച്ചു പറഞ്ഞു: “ഇതു സത്യമല്ലമ്മേ, എന്റെ കിടക്ക പരുപരുത്തതും മുലപ്പാൽ കുടിച്ചിട്ട് വായ് കയ്ക്കുകയുമാണ്. അന്നയുടെ മാറിലെ ദുർഗ്ഗന്ധം അയ്യോ എനിക്കു തലകറങ്ങുന്നു. ഞാൻ അതീവ ദുഃഖിതനാണ്.”

ഞാൻ പറഞ്ഞത് അമ്മയ്ക്ക് മനസ്സിലാക്കാൻ കഴിഞ്ഞില്ല. ഞാൻ സംസാരിച്ച ഭാഷ ഈ ലോകത്തിന്റേതായിരുന്നില്ല.

ഇരുപത്തൊന്നാം ദിവസം പുരോഹിതൻ വന്നു. അയാൾ അമ്മയോടു പറഞ്ഞു: “നീ ധന്യയായിരിക്കുന്നു. നിന്റെ മകൻ വലിയ ധർമ്മാത്മാവായിത്തീരും. നിനക്കതിലാനന്ദിക്കാം.”

അയാളുടെ വർത്തമാനം കേട്ടപ്പോൾ അമ്മയ്ക്കത്ഭുതം തോന്നി. ഞാൻ അയാളോടു പറഞ്ഞു: ‘’നിങ്ങളുടെ മരിച്ചുപോയ മാതാവ് അപ്പോൾ ക്ലേശിക്കേണ്ടതുണ്ട്. കാരണം നിങ്ങൾ അത്രയ്ക്ക് ധർമ്മാത്മാവൊന്നുമല്ല.’’

എന്റെ ഭാഷ. അയാൾക്കും മനസ്സിലായില്ല.

ഏഴുമാസം കഴിഞ്ഞപ്പോൾ ഒരു ജ്യോത്സ്യൻ വന്ന് അമ്മയോടു പറഞ്ഞു: “നിങ്ങളുടെ മകൻ ഒരു വലിയ രാജ്യതന്ത്രജ്ഞനാവും. മറ്റുള്ളവർക്ക് ഒരു മാതൃകാ പുരുഷൻ.”

# മൂടൽമഞ്ഞിന്റെ സംഗീതം

**ഒ**രിക്കൽ ഞാനെന്റെ ഉള്ളംകൈ മൂടൽ മഞ്ഞുകൊണ്ടു നിറച്ചു. അല്പനേരം കഴിഞ്ഞ് ഞാൻ കൈ തുറന്നു നോക്കിയപ്പോൾ മൂടൽ മഞ്ഞ് ഒരു പുഴുവായി തീർന്നിരുന്നു.

ഞാൻ കൈ മടക്കി. വീണ്ടും തുറന്നു. അപ്പോൾ അതിലൊരു ചിത്രശലഭം. ഞാൻ വീണ്ടും കൈമടക്കി. വീണ്ടും തുറന്നു. അപ്പോൾ അതിലൊരു കിളിക്കുഞ്ഞ്.

ഞാൻ വീണ്ടും കൈ മടക്കി. വീണ്ടും തുറന്നു. അതിനുള്ളിലെ ശൂന്യതയിൽ അതാ ഒരു മനുഷ്യൻ നില്ക്കുന്നു! ദുഃഖിതനായ തന്റെ മുഖം അയാൾ മേലോട്ട് ഉയർത്തിയിട്ടുണ്ട്.

ഞാൻ വീണ്ടും കൈ മടക്കി. വീണ്ടും തുറന്നു. അപ്പോൾ മൂടൽ മഞ്ഞല്ലാതെ മറ്റൊന്നും അവിടെയില്ല.

പക്ഷേ, ശ്രുതിമധുരമായ ഒരു സംഗീതം ഞാൻ കേൾക്കുന്നുണ്ടായിരുന്നു.

# കടലും മണലാരണ്യവും

**ഒ**രിക്കൽ മാത്രം ഫിനിക്സ് പക്ഷി വായ തുറന്ന് സംസാരിച്ചു: "ഒരു തരി മണൽ ഒരു മണലാരണ്യമാണ്. ഒരു മണലാരണ്യം ഒരു തരി മണലാണ്. ഒരു തുള്ളിവെള്ളം ഒരു കടലാണ്. ഒരു കടൽ ഒരുതുള്ളി വെള്ളവും. ഇപ്പോൾ നമുക്കെല്ലാം വീണ്ടും നിശ്ശബ്ദരാവാം."

പറഞ്ഞതൊക്കെയും ഞാൻ കേട്ടു.

പക്ഷേ, എനിക്കൊന്നും മനസ്സിലായില്ല.

# രണ്ടു കൂടുകൾ

**എ**ന്റെ അച്ഛന്റെ തോട്ടത്തിൽ രണ്ടു കൂടുകളുണ്ട്. അതിലൊന്നിൽ അച്ഛൻ കാട്ടിൽ നിന്നു പിടിച്ചുകൊണ്ടുവന്ന സിംഹത്തെ അടച്ചിട്ടിരിക്കുകയാണ്. മറ്റേതിൽ ഒരു കുയിലും. ഓരോ ദിവസവും രാവിലെ കുയിൽ സിംഹത്തെ വിളിച്ചു പറയും:

"ഹേ, സുഹൃത്തേ, നിങ്ങൾക്കീ ദിവസം മംഗളകരമാകട്ടെ."

# ഘടികാരം

**എ**ണ്ണമറ്റ സൂര്യന്മാരുടെ ചലനമനുസരിച്ച് നാം കാലത്തെ അളക്കുന്നു. അവയാകട്ടെ തങ്ങളുടെ കീശയിലെ ചെറിയ യന്ത്രങ്ങൾ കൊണ്ടും.

ഇപ്പോൾ പറയൂ: ഒരേ സ്ഥലത്ത്, ഒരേ സമയത്ത്, എപ്പോഴെങ്കിലും എങ്ങനെയെങ്കിലും നമുക്ക് കണ്ടുമുട്ടാനാവുമോ?

# സന്തോഷം

**ഷ**വോക്കിസ് നഗരത്തിൽ സുന്ദരനായ ഒരു രാജകുമാരനുണ്ടായിരുന്നു. അയാളെ എല്ലാവരും അതിരറ്റു സ്നേഹിച്ചു; പുരുഷന്മാരും സ്ത്രീകളും അടിമകളുമെല്ലാം. പക്ഷേ, അയാളുടെ ഭാര്യയായ രാജകുമാരി മാത്രം അയാളെ സ്നേഹിച്ചിരുന്നില്ല. മാത്രമല്ല വെറുക്കുകയും ചെയ്തിരുന്നു. ഇക്കാര്യം നഗരത്തിൽ എല്ലാവർക്കും അറിയാമായിരുന്നു.

ഒരുദിവസം അയൽ നഗരത്തിലെ രാജകുമാരി ഷവോക്കിസിലെ രാജകുമാരിയെ കാണാൻ വന്നു. സംസാരിച്ച്, സംസാരിച്ച് അവർ തങ്ങളുടെ ഭർത്താക്കന്മാരിലേക്കെത്തി.

ഷവോക്കിസിലെ രാജകുമാരി ആവേശത്തോടെ പറഞ്ഞു:

“വിവാഹം കഴിഞ്ഞിട്ട് ഇത്രയേറെ വർഷങ്ങളായിട്ടും ഭർത്താവുമായുള്ള നിങ്ങളുടെ സന്തോഷത്തിൽ ഞാൻ അസൂയപ്പെടുന്നു. എന്റെ ഭർത്താവിനെ ഞാൻ വെറുക്കുന്നു. അദ്ദേഹം എന്റേതു മാത്രമല്ല. ഏറ്റവും ദുഃഖിതയായ സ്ത്രീയാണ് ഞാൻ.”

സന്ദർശകയായ രാജകുമാരി അവളെ കണ്ണിമയ്ക്കാതെ നോക്കി, എന്നിട്ടു പറഞ്ഞു: “നിന്റെ ഭർത്താവിനെ നീ സ്നേഹിക്കുന്നു. അതു സത്യമാണ്. ഇനിയും ചെലവഴിക്കാത്ത വികാരാവേശം അദ്ദേഹത്തോടു നിനക്കുണ്ട്. സ്ത്രീയിലെ ജീവിതം പൂന്തോട്ടത്തിലെ വസന്തം പോലെയാണ്. എന്നോടും എന്റെ ഭർത്താവിനോടും നീ സഹതപിക്കണം. ഞങ്ങൾ അന്യോന്യം സഹിക്കുന്നു. ക്ഷമയോടെ, ശബ്ദമുണ്ടാക്കാതെ. ഇത് ഞങ്ങളുടെ സന്തോഷമായി നീയും മറ്റുള്ളവരും കണക്കാക്കുന്നു.

# ആഴങ്ങളിലെ ജീവിതം

**ഉ**രുളൻ കല്ലായ എന്നെ അത്ഭുതകരമായ ഈ തടാകത്തിലേക്ക് ദൈവം എറിഞ്ഞു. അപ്പോൾ എണ്ണമറ്റ ഓളങ്ങളാൽ തടാകത്തിന്റെ ഉപരിതലത്തെ ഞാൻ ശല്യപ്പെടുത്തി.

പക്ഷേ, ആഴങ്ങളിലെത്തിയപ്പോൾ ഞാൻ നിതാന്ത നിശ്ചലമായി ത്തീർന്നു.

പകലുകളോടൊപ്പം ഞാൻ പാടി. രാവുകളോടൊപ്പം ഞാൻ കിനാവു കണ്ടു.

ഇപ്പോഴാകട്ടെ, ആയിരം കാലടികൾ കൊണ്ട് സൂര്യൻ എന്നെ ചവിട്ടിമെതിക്കുന്നു. ഈജിപ്തിന്റെ പൊടിപടലത്തിൽ എന്നെ വീണ്ടും ആഴ്ത്താനായി.

പക്ഷേ, എന്നെ പെറുക്കിയെടുത്ത സൂര്യന് എന്നെ വീണ്ടും ചവിട്ടി യമർത്താനാവുന്നില്ല.

ഞാനിപ്പോഴും നേരെ നിവർന്നു നില്ക്കുന്നു. ഉറച്ച കാലടികളോടെ നീലനദിയുടെ തീരത്തിലൂടെ നടന്നുപോവുന്നു.

# ആത്മനിന്ദ

**ഏ**ഴുതവണ ഞാനെന്റെ ആത്മാവിനെ നിന്ദിച്ചു.

ഉയരത്തിലെത്താൻ അവൾ വിനീതയാവുന്നതു കണ്ടപ്പോൾ,

മുടന്തന്മാരുടെ മുൻപിൽ അവൾ മുടന്തി നടക്കുന്നത് കണ്ടപ്പോൾ,

കഷ്ടതരമായതോ എളുപ്പമേറിയതോ തെരഞ്ഞെടുക്കാൻ ആവശ്യപ്പെട്ടപ്പോൾ,

എളുപ്പമേറിയത് അവൾ തെരഞ്ഞെടുത്തപ്പോൾ,

അവളൊരു തെറ്റു ചെയ്ത്, മറ്റുള്ളവരും തെറ്റു ചെയ്യുന്നുവെന്ന് ആശ്വാസം കൊണ്ടപ്പോൾ,

തന്റെ ദൗർബല്യം മൂലം അവൾ ക്ഷമിക്കുകയും, ആ ക്ഷമ തന്റെ ശക്തിയായി വ്യാഖ്യാനിക്കുകയും ചെയ്തപ്പോൾ,

മുഖത്തിന്റെ വൈരൂപ്യം മുഖംമൂടികളിലൊന്നാണെന്നറിയാതെ അവൾ നിന്ദിച്ചപ്പോൾ,

ഏഴാമതായി, അവളൊരു സ്തുതിഗീതം പാടുകയും അതൊരു സദ്ഗുണമായി കണക്കാക്കുകയും ചെയ്തപ്പോൾ.

# സമുദ്രം

**ഞാ**നും എന്റെ ആത്മാവും കൂടി മഹാസമുദ്രത്തിൽ സ്നാനത്തിനു പുറപ്പെട്ടു. സമുദ്രതീരത്തെത്തിയ ഞങ്ങൾ വിജനവും അത്രമേൽ രഹസ്യവുമായ ഒരു സ്ഥലമന്വേഷിച്ചു മുന്നോട്ടുപോയി. ഒരാൾ ഒരു പാറയിലിരുന്ന് ഉപ്പുവാരി സമുദ്രത്തിലെറിഞ്ഞുകൊണ്ടിരുന്നു.

"ഇയാളൊരു വിഷാദജീവിയാണ്." എന്റെ ആത്മാവു പറഞ്ഞു: "നമുക്കിവിടെ കുളിക്കേണ്ട. വരൂ, ഇവിടെനിന്നു പോകാം."

ഞങ്ങൾ ഒരു മുനമ്പിലെത്തി. ഒരാൾ അവിടെ കരിങ്കൽ പാറയിൽ കയറി നില്ക്കുന്നു. കൈയിലെ ചെപ്പിൽ നിന്നു പഞ്ചസാര വാരി സമുദ്രത്തിലെറിയുന്നു.

"ഇയാളൊരു ആശാവാദിയാണ്." എന്റെ ആത്മാവു പറഞ്ഞു. "നമ്മുടെ നഗ്നശരീരം ഇയാളെ കാണിക്കേണ്ട."

വീണ്ടും ഞങ്ങൾ നടന്നു. സമുദ്രതീരത്തിലവിടെ, ഒരാൾ നില്ക്കുന്നു. അയാൾ ചത്തമത്സ്യങ്ങളെ സഹതാപത്തോടെ പെറുക്കി സമുദ്രത്തിലെറിയുന്നു.

"ഇവന്റെ മുമ്പിലും കുളിക്കാൻ വയ്യ." എന്റെ ആത്മാവു പറഞ്ഞു. "ഇയാൾ ലോകബന്ധുവും ദയാലുവുമാണ്."

ഞങ്ങൾ മുന്നോട്ടു വീണ്ടും നടന്നു. അവിടെ മണലിൽ ഒരാൾ തന്റെ പടം വരയ്ക്കുന്നു. തിരമാലകൾ അതിനെ തൂത്തുമാറ്റുന്നു. എങ്കിലും അവന്റെ തൊഴിലിൽ അവൻ വ്യാപൃതനാണ്.

"ഇവൻ ഒരു രഹസ്യവാദിയാണ്." എന്റെ ആത്മാവു പറഞ്ഞു. "ഇയാളെന്റെ നഗ്നത ഒരിക്കലും കാണരുത്."

ഞങ്ങൾ പിന്നെയും മുന്നോട്ടുപോയി. പെട്ടെന്ന് ആരോ വിളിച്ചുപറയുന്ന ഒരു ശബ്ദം കേട്ടു: "ഇത് അഗാധമായ സമുദ്രം. അപാരവിശാലമായ സമുദ്രം."

ഞങ്ങൾ ശബ്ദം കേട്ടിടത്തു ചെന്നപ്പോൾ ഒരാൾ സമുദ്രത്തിനു പുറം തിരിഞ്ഞുനിന്ന് ഒരു മുത്തുച്ചിപ്പിയെടുത്ത് ചെവിയോടു ചേർത്തു പിടിച്ച് അതിന്റെ സ്വരം ശ്രദ്ധിക്കുകയാണ്.

"മുന്നോട്ടു തന്നെ നടക്കൂ." എന്റെ ആത്മാവു പറഞ്ഞു: "ഇയാളൊരു യാഥാർത്ഥ്യവാദിയാണ്. ഇയാൾ ഏതെങ്കിലുമൊന്നിനെപ്പറ്റി പൂർണ്ണമായി മനസ്സിലാക്കാതെ അതിൽനിന്നു മുഖം തിരിച്ച് അതിന്റെ ഏതെങ്കിലുമൊരംശം മാത്രം ശ്രദ്ധിക്കുന്നവനാണ്."

ഞങ്ങൾ യാത്ര തുടർന്നു. അപ്പോൾ കുറച്ചുദൂരെ ഒരാൾ പാറക്കെട്ടിനിടയിലെ മണലിൽ തലപൂഴ്ത്തിയിരിക്കുകയാണ്.

"സംശയിക്കേണ്ട." ഞാൻ ആത്മാവിനോടു പറഞ്ഞു. "നമുക്കിവിടെ കുളിക്കാം. അയാൾ നമ്മെ കാണില്ല."

"അല്ല." ആത്മാവു പറഞ്ഞു. "ഇവൻ മറ്റെല്ലാവരേക്കാളും ഭയങ്കരനാണ്. ത്യാഗിയാണ്."

എന്റെ ആത്മാവിന്റെ മുഖത്തു നൈരാശ്യത്തിന്റെ മ്ലാനത പരന്നു. അതു ദയനീയസ്വരത്തിൽ പറഞ്ഞു: "നമുക്കിവിടുന്നു പോകാം. സ്വൈരമായി കുളിക്കാൻ പറ്റിയ ആളൊഴിഞ്ഞിടം ഇവിടെ ഇല്ല. ഞാനെന്റെ സ്വർണ്ണമുടിയിഴകൾ കാറ്റിനു കളിക്കാൻ അഴിച്ചിടില്ല. ഞാനെന്റെ മാറിടം കാറ്റിനു തുറന്നിടില്ല. എന്റെ നഗ്നതയെ പ്രകാശിപ്പിക്കാൻ പ്രകാശത്തെ അനുവദിക്കില്ല.

ഞങ്ങൾ ആ മഹാസമുദ്രം വിട്ട് വേറൊരു വിശാലസമുദ്രത്തെ അന്വേഷിച്ചു പുറപ്പെട്ടു.

# മൂല്യം

**ഒ**രിക്കൽ ഞാനൊരു കവിയോടു പറഞ്ഞു: "നിങ്ങൾ മരിക്കുന്നതു വരെ നിങ്ങളുടെ വില നിങ്ങളറിയില്ല."

"അതെ, മരണം എല്ലായ്പ്പോഴും എല്ലാം വെളിപ്പെടുത്തുന്നു. അപ്പോൾ എന്റെ വില നിങ്ങളറിയുന്നുവെങ്കിൽ, എന്റെ നാവിന്മേലുള്ള തിനേക്കാളധികം ഹൃദയത്തിലും, കൈയിലുള്ളതിനെക്കാളേറെ ആഗ്ര ഹങ്ങളിലും ഉള്ളതുകൊണ്ട് മാത്രമാണ്."

കവി മറുപടി പറഞ്ഞു.

# അടിമത്തം

**പ**കൽ സൂര്യന്റെ മുൻപിൽ നിങ്ങൾ സ്വതന്ത്രനാണ്; രാത്രിയിൽ താരങ്ങൾക്ക് മുമ്പിലും.

സൂര്യനും ചന്ദ്രനും താരങ്ങളും ഇല്ലാത്തപ്പോഴും നിങ്ങൾ സ്വതന്ത്രനാണ്.

പക്ഷേ, നിങ്ങൾ സ്നേഹിക്കുന്നവന് നിങ്ങൾ അടിമയാണ്. നിങ്ങളവനെ സ്നേഹിക്കുന്നതിനാൽ; നിങ്ങളെ സ്നേഹിക്കുന്നവനും നിങ്ങൾക്ക് അടിമയാണ്; അയാൾ നിങ്ങളെ സ്നേഹിക്കുന്നതിനാൽ.

# ദേവദൂതനും പിശാചും

**ദേ**വദൂതന്മാരും പിശാചുക്കളും എന്നെയും സന്ദർശിക്കാറുണ്ട്. പക്ഷേ, ഞാനവരെ വേഗം ഒഴിവാക്കും.

ദേവദൂതൻ വരുമ്പോൾ ഞാനൊരു പഴയ പ്രാർത്ഥന ചൊല്ലും; അയാളെ മുഷിപ്പിക്കും.

പിശാചു വരുമ്പോൾ ഞാനൊരു പഴയ പാപം ചെയ്യും. അയാളും മുഷിയും.

രണ്ടുപേരും വേഗം തന്നെ എന്നെ കടന്നുപോവും.

# ആഗ്രഹം

**എ**ന്റെ സഹോദരനായ പർവ്വതത്തിനും, സഹോദരിയായ സമുദ്രത്തിനും നടുക്കിരിക്കയാണ് ഞാൻ. ഞങ്ങൾ മൂവരും ഏകാന്തതയിൽ ഒന്നാണ്. ഞങ്ങളെ ബന്ധിപ്പിച്ചിരിക്കുന്ന സ്നേഹം അന്യോന്യം അത്യഗാധവും അപാരവും അസാധാരണവും സുദൃഢവുമാണ്. അതിന്റെ ആഴം എന്റെ സഹോദരിയുടേതിനേക്കാൾ അധികമാണ്. അതിന്റെ ശക്തിയോ, എന്റെ സഹോദരനേക്കാൾ അപാരം. അതെന്റെ ഭ്രാന്തിനേക്കാൾ വിചിത്രം.

പല യുഗങ്ങൾ കഴിഞ്ഞു. ഞങ്ങൾ ആദ്യത്തെ സുപ്രഭാതത്തിൽ അന്യോന്യം പരിചിതരായെങ്കിലും ഞങ്ങൾ ബാല്യയൗവനസ്മരണകൾ കണ്ടെങ്കിലും പിന്നെയും ഞങ്ങൾ യൗവനയുക്തരായ്, ആവേശഭരിതരായ്, സുന്ദരമായ് കഴിയുന്നു. ഞങ്ങളുടെ ഹൃദയത്തിൽ ആശകളും അഭിലാഷങ്ങളും ഉടലെടുക്കുന്നുണ്ടെങ്കിലും ഞങ്ങളെല്ലായ്പ്പോഴും ഒറ്റയ്ക്കാണ്. ആരും അടുത്തുവരാതെ, കാലാന്തരത്തിൽ ഞങ്ങൾ അന്യോന്യം ആശ്ലേഷിക്കുന്നു. എന്നിട്ടും ഞങ്ങൾക്ക് അസുഖം തന്നെ. അമർത്തപ്പെട്ട ആഗ്രഹങ്ങൾ, അഭിലാഷങ്ങൾ അവയ്ക്കെവിടെയാണ് സമാധാനം?

എന്റെ സഹോദരിയുടെ വിരിക്ക് ചുടേകുന്ന അഗ്നിദേവനെവിടെ? സഹോദരന്റെ ഹൃദയം തണുപ്പിക്കുന്ന തരംഗങ്ങളെവിടെ? എന്റെ മനമടക്കി ഭരിക്കുന്ന ആ മനോഹരി എവിടെ?

എന്റെ സഹോദരി രാത്രിയുടെ നിശ്ശബ്ദതയിൽ ചൂടേകുന്ന അഗ്നിദേവനെ കാത്തിരിക്കയാണ്. സഹോദരൻ ശൈത്യദേവനെ വിളിച്ചു കരയുന്നു. പക്ഷേ, ഞാനാരെ വിളിക്കും? അറിയില്ല.

ഞാനിവിടെ സഹോദരനായ പർവ്വതത്തിന്റെയും സഹോദരിയായ സമുദ്രത്തിന്റെയും നടുക്കിരിക്കയാണ്. ഞങ്ങളെ അന്യോന്യം ബന്ധിപ്പിക്കുന്ന ആ സ്നേഹം അത്യഗാധമാണ്. അസാധാരണമാണ്. സുദൃഢവും സുശക്തവുമാണ്.

# ജയിൽ

**എ**ന്തുതന്നെയായാലും ഇതൊരു മോശം ജയിലല്ല. എന്നിരുന്നാലും, എന്റെ മുറിക്കും അടുത്ത തടവുകാരന്റെ മുറിക്കും ഇടയിലുള്ള ഭിത്തി ഞാനിഷ്ടപ്പെട്ടിരുന്നില്ല.

പക്ഷേ, ജയിൽ പണിതവനെയോ അതിന്റെ കാവല്ക്കാരനെയോ കുറ്റപ്പെടുത്താൻ ഞാനാഗ്രഹിക്കുന്നില്ല.

# ക്രൂശിതൻ

**പ**ണ്ട് ഒരാൾ ജീവിച്ചിരുന്നു. അത്യധികം സ്നേഹിക്കുന്നവനും സ്നേഹിക്കപ്പെടുന്നവനും ആയതുകൊണ്ട് അയാൾ ക്രൂശിക്കപ്പെട്ടു.

ഞാനിന്നലെ മൂന്ന് തവണ ആ സ്നേഹരൂപനെ കണ്ടുമുട്ടി.

നിയമപാലകനോട് അഭിസാരികയെ തടവിലേക്ക് കൊണ്ടുപോകരുതെന്ന് അയാൾ അപേക്ഷിച്ചുകൊണ്ടിരുന്നപ്പോൾ,

കീഴാളനുമൊത്ത് അയാൾ വീഞ്ഞു കുടിച്ചുകൊണ്ടിരുന്നപ്പോൾ,

പുരോഹിതനുമായി ദേവാലയത്തിനകത്ത് അയാൾ മുഷ്ടിയുദ്ധം നടത്തിക്കൊണ്ടിരുന്നപ്പോൾ,

കേൾക്കുമ്പോൾ വിചിത്രമായിത്തോന്നും, അല്ലേ? പക്ഷേ, സത്യമതാണ്.

# മറ്റൊരാൾ

മറ്റൊരാൾ നിങ്ങളെ പരിഹസിച്ചാൽ നിങ്ങൾക്ക് അയാളോട് സഹതപിക്കാം. പക്ഷേ, നിങ്ങൾ അയാളെ പരിഹസിച്ചാൽ നിങ്ങൾക്കൊരിക്കലും ക്ഷമിക്കാനാവില്ല.

മറ്റൊരാൾ നിങ്ങളെ മുറിപ്പെടുത്തിയാൽ ആ മുറിവ് നിങ്ങൾക്ക് മറക്കാം. പക്ഷേ, നിങ്ങൾ അയാളെ മുറിപ്പെടുത്തിയാൽ നിങ്ങളത് എല്ലായ്പ്പോഴും ഓർമ്മിക്കും.

ഈ മറ്റൊരാൾ നിങ്ങളുടെ തന്നെ ചൈതന്യമല്ലേ? മറ്റൊരു ശരീരത്തിലാണെന്നു മാത്രം.

# മലകയറ്റം

നമ്മുടെ മോഹങ്ങളുടെ കൊടുമുടിയിലേക്ക് നാമെല്ലാം കയറിക്കൊണ്ടിരിക്കുന്നു. മറ്റൊരു കയറ്റക്കാരൻ നിങ്ങളുടെ സ്വത്തും പണവും അപഹരിച്ച് സ്വന്തം ഭാരം വർദ്ധിപ്പിക്കുന്നുവെങ്കിൽ നിങ്ങൾ അയാളോട് സഹതപിക്കണം.

കയറ്റം അയാളുടെ ശരീരത്തിന് ക്ലേശകരമാവും. അമിതമായ ഭാരം അയാളുടെ വഴിയുടെ നീളം കൂട്ടുകയും ചെയ്യും.

അയാളുടെ മേദസ്സ് മുന്നോട്ടു കയറാൻ കിതയ്ക്കുന്നതു കാണുമ്പോൾ മെലിഞ്ഞവനായ നിങ്ങൾ അയാൾക്കൊരടിവെക്കാൻ സഹായിക്കണം.

ഇതു നിങ്ങളുടെ വേഗതയെ തീർച്ചയായും വർദ്ധിപ്പിക്കും.

# പുല്ക്കൊടി പറഞ്ഞത്

**ശി**ശിരത്തിൽ കൊഴിഞ്ഞുവീണ ഇലകളോടു പുല്ക്കൊടി പറഞ്ഞു. "നീ വീഴുമ്പോൾ ശബ്ദമുണ്ടാക്കുന്നതെന്തിന്? നിന്റെയീ ശബ്ദം, എന്റെ സുഷുപ്തി സാന്ദ്രതയെ തകർക്കുന്നു."

ഇലയ്ക്ക് ദേഷ്യം വന്നു. "ഗതികെട്ടവനെ, ഗാനത്തെക്കുറിച്ചറിയാത്ത പുല്ലേ, ഉയർന്ന വായുവ്യൂഹത്തിലല്ലാത്ത നിനക്കു രാഗലയങ്ങളെപ്പറ്റി എന്തെറിയാമായിരുന്നു!"

ഇല നിലത്തുവീണുറക്കമായി. അതിന്റെ കണ്ണുതുറന്നത് വസന്ത കാലത്തും. അപ്പോഴേക്കും അത് പുല്ക്കൊടിയായി തീർന്നിരുന്നു.

ശിശിരകാലം വീണ്ടും വന്നു. തണുപ്പത്ത് പുല്ക്കൊടി സുഖനിദ്ര കൊണ്ടു. ചുറ്റും അടിഞ്ഞുകൂടിയ ഇലകൾ കണ്ട പുല്ക്കൊടി മുരണ്ടു: "ഈ ശിശിരത്തിലെ ഇലകൾ കലഹിച്ച് എന്റെ സുഖസുഷുപ്തിയെ തകർക്കുന്നു."

# അപരിചിതർ

**എ**ന്റെ സ്നേഹിതാ, നീയും ഞാനും അപരിചിതരായിരിക്കും; ജീവിതത്തിൽ എന്നുമെന്നും.

തമ്മിൽത്തമ്മിലും അവനവനുതന്നെയും നാം അപരിചിതരായിരിക്കും; നീ സംസാരിക്കുന്ന ദിവസംവരെ, നിന്റെ സ്വരം എന്റെ സ്വന്തം സ്വരമായി അവർ ചെവിയോർക്കുന്നതുവരെ. കണ്ണാടിയുടെ മുൻപിൽ നില്ക്കുകയാണെന്ന് സ്വയം കരുതിക്കൊണ്ട് നിന്റെ മുമ്പിൽ നില്ക്കുന്നതുവരെ.

# കാഴ്ച

**ഒ**രു ദിവസം കണ്ണ് പറഞ്ഞു: "ഈ താഴ്വരയ്ക്കൊപ്പം ഇരുണ്ട പൊടിപടലങ്ങൾ പുരണ്ട ആ നീല പർവ്വതങ്ങൾ എത്ര മനോഹരമാണ്."

ചെവി അതുകേട്ട് അല്പമൊന്നാലോചിച്ചുകൊണ്ടു പറഞ്ഞു: "പർവ്വതമെവിടെ? എനിക്കൊന്നും കേൾക്കാൻ കഴിയുന്നില്ലല്ലോ."

കൈ പറഞ്ഞു: "തൊടുവാനോ എനിക്കനുഭവിക്കാനോ കഴിയുന്നില്ല. എനിക്കൊരു മലയും കിട്ടുന്നില്ല."

മൂക്കു പറഞ്ഞു: "ഇവിടെ ഒരു മലയുമില്ല. എനിക്കതിന്റെ ഒരു 'ഗന്ധ'വുമില്ല."

കണ്ണ് തിരിഞ്ഞുനോക്കി; അതിനെപ്പറ്റി മൂവരും അത്ഭുതകരമായി ചർച്ച ചെയ്തു.

അവർ പറഞ്ഞു: "കണ്ണിനെന്തോ കുഴപ്പം പറ്റിയിട്ടുണ്ടെന്നുള്ളത് തീർച്ചയാണ്."

# ഭ്രാന്തൻ

**ഭ്രാ**ന്താലയത്തിലെ പൂന്തോട്ടത്തിലാണ് ഞാനാ യുവാവിനെക്കണ്ടത്. വിളറിയ എന്നാൽ വിസ്മയം നിറഞ്ഞു നില്ക്കുന്ന അതിമനോഹരമായ മുഖത്തോടുകൂടിയവൻ.

"നീ ആരാണ്?" അവനു സമീപത്ത് ആ ബെഞ്ചിലിരുന്നിട്ട് ഞാൻ ചോദിച്ചു.

"പ്രതീക്ഷിക്കാത്ത ഒരു ചോദ്യമാണത്. എങ്കിലും ഞാൻ നിങ്ങൾക്ക് ഉത്തരം തരാം."

അത്ഭുതത്തോടെ എന്നെ നോക്കിക്കൊണ്ട് അവൻ മറുപടി പറഞ്ഞു: "അച്ഛന് ഞാൻ അദ്ദേഹത്തിന്റെ ഒരു പ്രതിച്ഛായ ആകണം. അമ്മാവന് ഞാൻ അദ്ദേഹത്തെപ്പോലെയാകണം. അമ്മയ്ക്ക് എന്നെ അവരുടെ മഹാനായ പിതാവിനെപ്പോലെയാക്കണം. എന്റെ അനുജത്തിക്കോ സാഹസികനും നാവികനുമായ അവളുടെ ഭർത്താവിനെ ഞാൻ മാതൃകയായി സ്വീകരിക്കണം. ഞാനും അവനെപ്പോലെ ഒരു മികച്ച കായികാഭ്യാസിയാകണമെന്നാണ് എന്റെ സഹോദരൻ കരുതുന്നത്.

"എന്റെ അദ്ധ്യാപകരായ തത്ത്വചിന്താപ്രൊഫസർക്കും സംഗീതവിദ്വാനും താർക്കികനും ഒക്കെ ഞാൻ മുഖക്കണ്ണാടിയിലെ അവരുടെ പ്രതിഫലനങ്ങളെപ്പോലെയാകണം.

"അതുകൊണ്ടാണ് ഞാനിവിടെവന്നത്. ഇവിടെ എനിക്ക് കൂടുതൽ സ്വബോധമുള്ളവനായിത്തീരുവാനാവുന്നു. ഇവിടെ എനിക്ക് ഞാനെങ്കിലുമായിരിക്കാം."

"പക്ഷേ, നിങ്ങളെന്താണ് ഇവിടെ വന്നത്?" പെട്ടെന്ന് എന്റെ നേർക്ക് തിരിഞ്ഞ് അവൻ ചോദിച്ചു: "വിദ്യാഭ്യാസവും ഉപദേശങ്ങളുമൊക്കെത്തന്നെയാണോ നിങ്ങളെയും ഇവിടേക്ക് പായിച്ചത്."

"അല്ല." ഞാൻ പറഞ്ഞു; "ഞാൻ ഒരു സന്ദർശകൻ മാത്രമാണ്."

"ഓ" അലസഭാവത്തിൽ എന്നെ നോക്കിയിട്ട് അവൻ ചോദിച്ചു: "അപ്പോൾ മതിലിനപ്പുറത്തെ ഭ്രാന്താലയത്തിൽ വസിക്കുന്നവരിൽ ഒരാളാണ് നിങ്ങൾ, അല്ലേ?"

9 789388 485159

Printed by Libri Plureos GmbH in Hamburg, Germany